வாக்குமூலம்

நகுலன்

நற்றிணை பதிப்பகம்

வாக்குமூலம் ∗ நாவல் ∗ நகுலன் ∗ நற்றிணை முதல் பதிப்பு: நவம்பர் 2012 ∗ இரண்டாம் பதிப்பு: ஜூலை 2018 ∗ வெளியீடு: நற்றிணை பதிப்பகம் (பி) லிமிடெட் ∗ எண்: 6/84, மல்லன் பொன்னப்பன் தெரு, திருவல்லிக்கேணி, சென்னை - 600005.

∗ தொலைபேசி : 044-28482818
∗ மின்னஞ்சல் : natrinaipathippagam@gmail.com

∗ அச்சாக்கம் : சாய் தென்றல் பிரிண்டர்ஸ், சென்னை - 600005
∗ தொலைபேசி : 044-28481725
∗ மின்னஞ்சல் : saithendralprinters@gmail.com

∗ இணையம் மூலம் புத்தகம் வாங்க : www.natrinai.in

நகுலன் (1921 – 2007)

நவீனத் தமிழ் இலக்கியத்தின் முன்னோடி எழுத்தாளரான நகுலன் 1921இல் கும்பகோணத்தில் பிறந்தார். வாழ்ந்தது திருவனந்தபுரத்தில். இவரது இயற்பெயர் டி.கே. துரைசாமி. திருவனந்தபுரம் மார் இவானியஸ் கல்லூரியில் ஆங்கில விரிவுரையாளராக முப்பது ஆண்டுகள் பணியாற்றி ஓய்வு பெற்றார்.

சிறுகதை, நாவல், மொழிபெயர்ப்பு, கவிதை, கட்டுரை எனப் பல தளங்களில் தொடர்ந்து தீவிரமாக இயங்கினார். இவருடைய வாக்குமூலம், நினைவுப் பாதை, நிழல்கள், நாய்கள் போன்றவை தமிழின் குறிப்பிடத்தகுந்த நாவல்களாகும். நாவல்கள் மட்டுமின்றி கவிதை, சிறுகதை, மொழிபெயர்ப்பு எனத் தான் எடுத்துக்கொண்ட ஒவ்வொரு துறையிலும் மிகப் பெரும் சாதனை நிகழ்த்தியவர். 'குமாரன் ஆசான் விருதும்', 'சாந்தோம் கம்யூனிகேஷன் சென்டர் விருதும்' பெற்றிருக்கிறார்.

இவர் தனது 86ஆவது வயதில் (17.5.2007) திருவனந்தபுரத்தில் மறைந்தார்.

முன்னுரை

இப்பொழுது "வாக்குமூலம்" எழுதிமுடித்த ஆண்டுகூட ஞாபகம் வரவில்லை. இந்த நாவல் பிரசுரமாகாது என்ற நிலையில் கடைசியாக இது "முன்றில்" பிரசுரமாக வெளிவருவதில் எனக்குத் தனி மகிழ்ச்சி.

இந்நாவலைப்பற்றி நான் அதிகம் எழுத விரும்பவில்லை. என் நாவல்களைப் பற்றிப் பரவலான ஒரு அபிப்ராயம் – என் எல்லா நாவல்களும் ஒரே அனுபவ உலகின் பல்வேறு உருவங்கள் என்று. இது எல்லா நாவல்களுக்கும் பொருந்தும். ஆனால் இந்த ஒன்றைச் சொல்ல வேண்டும். உருவச் சிறப்பினால் அடிப்படையான அனுபவத்திற்குக் கூட நுணுக்கமும் பரிமாணமும் ஆழமும் கூடுகின்றன என்பது தெளிவு.

இந்த நாவலில் குறிப்பிடத்தக்க விஷயம் என் மற்ற நாவல்களில் இருந்து ஒரு உருவ வேறுபாடும், பாத்திரங்களில் ஏபிள் தாம்ப்ஸன், மோஸஸ் என்ற பாத்திரங்களும், என்று சொல்வதுடன் இவ் வுரையை முடித்துக் கொள்கிறேன்.

திருவனந்தபுரம்   **நகுலன்**
19-10-91

.....அழுதழுது பேய் போற்
கருத்தில் எழுகின்ற வெல்லாம்
என்னதறியாமை யறிவென்னுமிரு பகுதியால்
ஈட்டு தமிழென் தமிழினுக்
கின்னல் பகராது உலகம்
ஆராமை மேலிட்டிருத்தலால்

தாயுமான சுவாமிகள் பாடல்
சித்தர் கணம் – பாடல் 8

I

இராஜசேகரனுக்கு அன்று காலை எழுந்ததும் அவன் கண்களில் முதலில் தென்பட்டது, அன்றைக்குள்ள தினசரியில் பிரசுரமாகி யிருந்த அந்த அறிவிப்புத்தான். ஒரு முறைக்கு இரு முறையாக அதைப் படித்துப் பார்த்தான். சந்தேகமே இல்லை. அவன் கண்கள் அவனை ஏமாற்றவில்லை. மேலும் அந்த அறிவிப்புக்குக் கீழ், படிப்பவர்களுக்கு இந்த மாதிரி சந்தேகம் எழக்கூடும் என்பதைத் தவிர்ப்பதற்கு, என்பதைத் தவிர்க்கவேண்டுமென்பது போல், இந்த வாரம் கெஜட் 18ஆம் பக்கம் ஏழாவது பகுதியில் உட்பிரிவு 12ஐப் பார்க்கவும் என்ற குறிப்பும் இருந்தது. இருந்தாலும் அவனுக்கு நம்பிக்கை வரவில்லை. ஏனென்றால் அவனுக்கு ஒரு சமயம் இந்த எண்ணம் மனதில் உதிக்காமல் இல்லை – இந்த மாதிரி ஒரு ஏற்பாடு அமலுக்கு வந்தால் அது எவ்வளவு சௌகரியமாக இருக்குமென்று. அவன் கனவு இவ்வளவு சீக்கிரம் பலிக்குமென்று அவன் கனவிலும் நினைக்க வில்லை. ஆனால் அந்த அறிவிப்பை அவன் மறுபடியும் படித்தான். மூன்றாவது முறையாக, சந்தேகமேயில்லை. ஆனால் அவன் மனம் என்னவோ அவ்வளவு எளிதாக அதை நம்புவதாகத் தெரியவில்லை. அவனுக்குப் பாரதியின் 'ஞானரதம்' ஞாபகம் வந்தது. மனம் கூறியது:

"அந்த அடிக்குறிப்பைப் பார்த்தாயா?"

"பார்த்தேன்."

"இது என்ன மாதம்?"

"ஏப்ரல்."

"தேதி."

"முதல்."

"நம்புகிறாயா?"

"எல்லாத் தினசரிகளிலும் இந்தச் செய்தி வந்திருக்கிறதே?"

"எதற்கும் கெஜட்டைப் பார்த்துவிட்டுப் பிறகு இதைப் பற்றி யோஜி."

“சரி.”

பாவம், மனதிற்கு அதன் கவலைகள், பொறுப்புகள். ஆனால் அவனைப் பற்றிய வரை அந்த அறிவிப்பு வெறும் புரட்டோ அல்லது புரளியோ இல்லை என்பது நிதர்சனமாக இருந்தது.

அந்த அறிவிப்பு வந்ததும் அவனுக்கு அதைப் பற்றிய நினைவாகவே இருந்தது. அம்மா செத்த பிறகு, அங்கிருந்து கொண்டு அவன் வீட்டுக் காரியத்தைப் பார்த்துக்கொண்டிருந்த அந்த ஸ்திரீகூட அவனைப் பார்த்துக் கேட்டது அவன் ஞாபகத்திற்கு வந்தது “ஏன் ஐயா முகத்திலே ஒரு வாட்டம்?”

அவன் ஒன்றும் சொல்லவில்லை. ஆனால் ஒரு முடிவு எடுப்பதற்கு முன் மனம் சொன்ன மாதிரி கெஜட்டைப் பார்க்க வேண்டும். ஆனால் அவனுக்கென்னவோ கெஜட்டைப் பார்க்க வேண்டிய அவசியமில்லை என்றே தோன்றியது. அது கெஜட்டில் இருக்கும் என்ற அடிப்படையில். என்றாலும் – போய்ப் பார்த்து விடுவது உசிதம். அதையும் ஏன் புறக்கணிக்க வேண்டும். இதன் நடுவில் அவன் வேறொன்றையும் கவனிக்கத் தவறவில்லை. ஏப்ரல் முதல் தேதிக்குப் பிறகு அந்த அறிக்கை ஒரு தினசரியிலும் வரவில்லை என்பதை. கெஜட்டைப் பொது நூலகத்தில் போய்ப் பார்க்கலாம். ஒரு இரண்டு மூன்று நாட்களுக்குக் கெஜட்டுக்குக் கிராக்கி இருக்குமென்பதால் ஒரு ஒரு வாரம் கழித்துப் போய்ப் பார்ப்பது என்று தீர்மானித்தான். மனதிற்கு ஒரு சமாதானம் ஏற்பட்டதையும் அவன் கவனிக்கத் தவறவில்லை. கடைசியாகப் பிற்பகல் 3 மணிக்குப் பொது நூல் நிலையத்திற்குப் போகத் தயாரானான். அவள் கேட்டாள்: “ஐயா, இந்தக் கொளுத்தும் வெயிலில் எங்கே? கொஞ்சம் வெயில் தாழ்ந்தபின் போகக் கூடாதா?”

“இல்லை. ஒரு முக்கிய காரியம். சீக்கிரம் திரும்பிவிடுவேன்” என்று சொல்லிவிட்டுக் குடையையும் எடுத்துக்கொண்டு கிளம்பினான். அவன் எதிர்பார்த்தபடி அந்தக் கெஜட்டைச் சுற்றி அதிகக் கூட்டமில்லை. அரசாங்க காரியமாதலால் பொது ஜனங்கள் முதலில் இருந்த பரபரப்பிலிருந்து விடுபட்டிருப்பார்கள். ஆனால் அந்தக் கெஜட்டில் அந்த அறிவிப்பு இருந்தது ஒரு நிம்மதியை அளித்தது. அடுத்தபடியாக என்ன செய்ய வேண்டும் என்பது பற்றி அவன் யோசனை செய்யத் தொடங்கினான். அவனுடைய மனதின் சுபாவம் அவனுக்குத் தெரியுமாதலால் அவனுக்குச் சந்தேகம் வரத் தொடங்கியது – தான் கெஜட்டில் அந்த அறிவிப்பை அதற்குரிய கௌரவத்துடன் ஒரு தகவல் விடாமல் படித்திருப்போமோ என்று தன்னைத்தானே

உரக்கத் திட்டிக்கொண்டு (இந்த 65வது வயதில் தேகம் க்ஷீணித்த நிலையில் ஏதாவது அசௌகரியங்கள் ஏற்பட்டால் தன்னையோ பிறரையோ தன்னுள் தானே உரக்கத் திட்டுவது என்பது இப்பொழுதெல்லாம் அவனுக்கு ஒரு வழக்கமாகிவிட்டது) மீண்டும் அவன் அந்தப் பொது நூல் நிலையத்திற்குச் சென்றான். அப்பொழுதும் அந்தக் கெஜட்டைச் சுற்றி யாருமில்லை என்பதை அவன் கவனிக்கத் தவறவில்லை. அந்த நூலறையில் இருந்த 'அதிகாரி' மீண்டும் அவன் அந்தக் கெஜட்டைப் பார்ப்பதைக் குறித்து அவனை ஒரு மாதிரியாகப் பார்த்ததையும் அவன் மனம் பதிவு செய்துகொண்டது. அவர் என்ன நினைத்தாரோ என்னவோ, அவர் இருப்பிடத்திலிருந்து எழுந்து அவனருகில் வந்து, "ஏன் நின்றுகொண்டு இருக்கிறீர்கள்? இந்த நாற்காலியில் இருந்துகொண்டு சாவதானமாகப் பாருங்கள்" என்று சொல்லி விட்டு மேலிருந்த மின்விசிறியைப் பொத்தானை அமுக்கிச் சுழலச் செய்துவிட்டு அவர் தன் இருப்பிடத்திற்குச் சென்றார். அவன் அவரைப் பார்த்து ஒரு நன்றி முறுவலைச் செய்துவிட்டு, கெஜட்டை எடுத்துக் கொண்டு அந்தக் கெஜட்டைச் சாவதான மாகவே படிக்க ஆரம்பித்தான். அப்பொழுது அவனுக்குத் தெரிய வந்தது, தான் நினைத்தது சரி என்று. ஏனென்றால் கெஜட்டில் அந்த அறிவிப்புக்குக் கீழ் "தொடர்ச்சிக்குப் பக்கம் 68இல் 5ஆவது பத்தியைப் பார்க்கவும்" என்றிருந்தது. அவன் பக்கம் 8இலிருந்து பக்கம் 68க்குச் சென்றான். அதில் வருமாறு அச்சிடப்பட்டிருந்தது:

இந்தத் தேச முன்னேற்றச்சட்டம் (286) பற்றிய விவரங் களுக்குப் பிரதான வீதியில் இருக்கும் அரசாங்கத் தலைமைக் காரியாலயத்திற்குச் சென்று விசாரிக்கவும் என்று இருந்தது. பிரதான வீதியில் அரசாங்க தலைமைச் செயலகம் – அதுவும் சரிதான் என்று அவன் தனக்குள் இரண்டு மூன்று தடவை கூறிக்கொண்டு வெளியே வந்தான். வழக்கம் போல் செய்ய வேண்டியதையெல்லாம் தள்ளிக்கொண்டு போவதே அவன் இயற்கையென்பதற்கேற்ப, அவனுக்குத் திடீர் என்று ஒரு நினைவு; அலுவலகங்களைப் படையெடுப்பதற்கு முன் அவன் நெடுநாளைய நண்பனான ஆனையடித்தெரு அங்கமுத்துவைப் பார்த்தாலென்ன என்று. அதற்குக் காரணம் இல்லாமலுமில்லை. அங்கமுத்துவும் அவனைப் போல, கடைசியில் பொருளாதார வகையில், வாழ்க்கை சீராக அமைந்து விட்டதென்றாலும், வாழ்க்கையில் அதிகமாக அவஸ்தைப்பட்டான். கேட்டால் சொல்வான்; நான் என்ன சொல்ல! நான் குடித்தேன். குடிப்பதை நிறுத்தினேன். மறுபடியும் குடித்தேன். குடிப்பேன். குடிக்கிறேன்.

யார்தான் குடிக்கவில்லை. நீ கூட இப்பொழுது அதிகமாகவே குடிப்பதாகக் கேள்விப்படுகிறேன். சரிதானா? சரியோ, தப்போ குடிக்கிறோம் என்பது மறுக்கமுடியாத உண்மை. தவிர்க்க முடியாத நிலைமை என்றால் நீ ஏற்றுக் கொள்ளமாட்டாய். அது எனக்குத் தெரியும். ஆனால், இராஜசேகரா, கடைசியில் நீ வாழ்க்கையில் என்ன சேகரித்துக்கொண்டாய்? மிலிட்டிரியில் ஆறு மாதம் கணக்கெழுதினாய்; பிறகு ஒரு பாடாவதி பாங்கில் இருபது வருஷம் ஒரு கீழ்நிலைக் குமாஸ்தாகவே இருந்தாய். எவ்வளவு தடவை சொல்லியும் சங்கத்தில் – ஏதாவது ஒரு சங்கம் – நாலு பேருடன் ஐந்தாவதாக வேலை நிறுத்தம் அப்படி இப்படி ஏதாவது செய்து இருந்தாயானால் உன் நிலைமை இவ்வளவு மோசமாய் இருந்திருக்காது. என்னவோ கொஞ்சம் பசையுள்ள குடும்பத்தில் பிறந்தாய்; எனவே இப்படி இருக்கிறாய்.

இராஜசேகரனுக்குக் கோபம் வந்தது. "அங்கமுத்து, அதிகம் பேசாதே. உன் நிலை என்ன அப்படி மெச்சும்படியாக இல்லையே. நீ என்ன? இப்பொழுது என்றில்லை, எப்பொழுது தான் என்ன? வெறும் அங்காடிப் பிழைப்பு. மாஜி கம்யூனிஸ்ட், மாஜி – ஐயப்ப பக்தன். இப்பொழுது மறுபடியும் பழைய பெருங்குடியன். இல்லையா?"

"இல்லை என்று சொல்லவில்லை. நீயும்தான் ஒரு பெருங்குடியன். ஆனால் நானும் சரி, நீயும் சரி, நமக்குத் தெரிந்த பலரைப் போல் இன்னும் மாஜி மனிதர் ஆகவில்லை. அது ஒன்று போதும் என்று எனக்குத் தோன்றுகிறது."

இராஜசேகரனுக்கு மனது சற்று உற்சாகம் அடைந்தது. வேகமாகத் துடித்துக்கொண்டிருந்த நெஞ்சுடன் அவன் அங்கமுத்துவைக் கேட்டான். "அங்கமுத்து ஏப்ரல், முதல்தேதி எல்லாத் தினசரிகளிலும் பிரசுரமாயிருந்த அந்தத் தேச முன்னேற்றச் சட்டம் (286) பற்றிய செய்தியைப் பார்த்தாயா?"

"இது என்ன கேள்வி, ராஜு? நம்மைப் போன்றவர்களுக்கு என்றுமே ஏப்ரல் முதல் தேதி தானேடா? அதுவும் மனிதனை முட்டாளாக்கும் எந்த ஸ்தாபனத்திற்கு முதல் பரிசு கொடுக்க வேண்டும் என்று கேட்டாயானால் அது நம் அரசாங்கத்துக்குத் தான் என்று சொல்வேன். என்ன சட்டம் அது 'தேச முன்னேற்றச் சட்டம் (286)' இல்லையா? தேச முன்னேற்றமாம் – சட்டம் 286ஆம்."

"நீ ஒரு மாஜி–கம்யூனிஸ்ட்."

"நம்ம அரசாங்கம் என்றில்லை. எந்த அரசாங்கமும்தான்"

"மாஜி, ஐயப்ப பக்தன்."

"அப்படி ஒன்றுமில்லை. நீ சொன்னதையே நான் உனக்குத்

திருப்பிச் சொல்கிறேன். நான் இன்னும் மாஜி – மனிதன் ஆகவில்லை.”

“உனக்குத் தெரியும் தானே – எந்த ஸ்தாபனமும் – நத்தை ஊர்வது மாதிரிதான் செயல்படுமென்று. அவைகளைக் குற்றம் சொல்வதற்குமில்லை.”

“விஷயம் என்ன?”

“பராபரியாகக் கேட்டதிலிருந்து இந்தத் திட்டத்தினால் கிடைக்கக்கூடிய அனுகூலங்கள் 60 வயது தாண்டியவர்களுக்குத் தானாம்.” இங்கு இராஜசேகரன் நிறுத்தினான். அங்கமுத்து, தொடர்ந்தான். “எனக்கு உன்னைப் புரிந்துகொள்ள முடிகிறது. ஒருமுறை நீ என்னிடம் சொன்னது ஞாபகம் இருக்கிறது.”

“இருக்கிறது இல்லையா? அந்த மாதிரி ஒரு சட்டம் இவ் வளவு விரைவில் வரும் என்று நான் கனவிலும் கருதவில்லை.”

“சற்றுச் சந்தேகமாக இருக்கிறது.”

“என்ன?”

“நீ நினைக்கிறாயா? எவன் வாழ்க்கையிலாவது அவன் நினைத்த மாதிரி அக்ஷரப்பிரதி ஏதாவது நடந்திருக்கிறது, நடக்கும் என்று?”

“ஏகதேசம் பூரணத்திற்கு இல்லை.”

“பின் ஏன் இதெல்லாம்.”

“என்றாலும் இச்சிப்பதில் குறைந்தபக்ஷமாவது நடைமுறை யில் நடக்கக்கூடாது என்று உண்டா?”

“இல்லை.”

“பின்?”

“சொல்.”

“நீயும் வருகிறாயா?”

“அப்பம் தின்ன ஆசைதான். ஆனால் கையில் காசில்லை.”

“நீயும் உடையவன்தானே?”

“ஒரு வகையில் சரி. ஆனால் உண்மையான உடையவனைப் போல், உள்ளதையும் உபரி லாபம் கருதி இழந்து விடலாம் என்ற ஒரு நிலையில் நான் ஒன்றைத் தைரியமாகச் செய்ய விரும்பவில்லை.”

“இதற்கெல்லாம் விடை நம் கையிலேயே இருக்கிறது என்று சொல்வாயாக இருக்கும்.”

“அப்படி ஒன்றும் நான் சொல்லவில்லை. உனக்கும் சரி எனக்கும் சரி அது ஒன்றும் முடியாது என்று தெரியும். அதனால் தானே நீ இந்தத் “தேச முன்னேற்றச் சட்டம் 286”ஐ நாடுகிறாய். எனக்கும் வர ஆசைதான். என்னால் முடியாது. ஆனால்...”

“உனக்கு இந்த வகையில் என்ன உதவியும் செய்ய நான் தயார்”

“அது எனக்குத் தெரியும்.”

“பின்?”

“உனக்கு என் சுபாவம் தெரியும்தானே. அடுத்த வாரம் அந்தப் பிரதான வீதியில் இருக்கும் ‘அரசாங்கத் தலைமைச் செயலகத்திற்கு’ச் செல்ல வேண்டும். இந்த மாதிரி விஷயங்களில் நீகூட இருந்தால் விஷயங்கள் சுலபமாக முடிந்துவிடும். என்ன, சொல்கிறாய்?”

“அதற்கென்ன? ஓய்வு பெற்ற பிறகு எனக்கும் பொழுது போவது கஷ்டமாக இருக்கிறது. அடுத்த திங்கட்கிழமை போகலாமா?”

“வேண்டாம். புதன்கிழமை போகலாம்.”

“சரி. புதன்கிழமை நான் உன் வீட்டிற்கு வருகிறேன். அங்கிருந்து நாம் இருவரும் போகலாம்”

“சரி.”

அவர்கள் பிரிந்தனர். இராஜசேகரன் வீடு போய்ச் சேர்ந்ததும் மணி ஏழாகிவிட்டது. சாப்பிட்டு விட்டு அவன் மறுபடியும் தன் அறைக்குட்புகுந்துவிட்டான். அந்த அறிவிப்பைச் சுற்றியே அவன் மனம் கழன்றுகொண்டிருந்தது. அவன் எது செயல் முறையில் வரவே முடியாது என்று நினைத்தானோ அதுவும் செயல்முறையாகலாம் என்று தோன்றுகிறது. ஆனால் அங்கமுத்துவுடன் பேசின பிறகு அவனுக்கு மீண்டும் சந்தேகம் தட்ட ஆரம்பித்தது. மீண்டும் சற்று சாந்தம் அடைவது போல் தோன்றியது. அவன் தன்னையே மீண்டும் கேட்டுக் கொண்டான் – தனக்கு ஏன் செயல் உலகில் எதையும் செய்ய முடியவில்லை என்று. இவ்வளவுக்கும் அவனுக்கு அவன் தன் நண்பன் ஒருவனிடம் ஒரு முறை சொன்னது ஞாபகம் வந்தது – செயல் என்பதுகூட ஒரு வகையில் சிந்தனைதான். இது தெரிந்திருந்தும் அவன் சிந்தனை, செயல் இவை இரண்டிற்குமுள்ள தொடர்பைப் புறக்கணித்ததால்தானோ என்னவோ அவன் வாழ்க்கை இவ்வளவு சின்னா பின்னமாகிக் கொண்டிருந்தது.

“ஐயா”

“என்ன?”

“இன்று வெளியில் போகவில்லையா?”

“போகவேண்டுமா?”

“இல்லை. ஐயா போகவில்லை என்றால் நான் கடைக்குப் போய் சமையலுக்கு எண்ணெய் வாங்கவேண்டும், போய்

வரட்டுமா?”

“சரி.”

அவள் சென்றுவிட்டாள். மீண்டும் அந்த ஏப்ரல் முதல் தேதி தினசரியைப் படித்தான். அதற்குப் பின் அதுபற்றி ஒன்றுமே வராதது அவனுக்கு ஆச்சரியமாக இருந்தது. அங்கமுத்து கேட்டது அவனுக்கு ஞாபகம் வந்தது. “இராஜசேகரா, நீ வாழ்க்கையில் கடைசியில் என்ன சேகரித்துக் கொண்டாய்?” அங்கமுத்துவைப் பற்றிய வரை அவன் ஒரு இருபது வருஷம் ஒரு பிடிக்காத வேலையை வைத்துக்கொண்டே வாழ்க்கையைக் கடத்திவிட்டான். அதுவும், கணக்கே வராத அவன் ஒரு பாங்கில் வேலை புரிந்ததைப் பற்றி என்ன சொல்வது. ஆனால் அந்த இருபது வருஷத்திற்குப் பிறகு அவன் பென்ஷன் பெற்ற பிறகு தான் வாழத் தொடங்கினான் என்றால் அங்கமுத்துவுக்கு ஆச்சரியமாக இருக்கலாம். அப்படியும் சொல்வதற்கில்லை. அவன் வேறு எதுவானாலும் இல்லாவிட்டாலும் அவனே சொன்ன மாதிரி அவன் நிச்சயமாக என்றுமே, அவனுக்கு என்ன குறைபாடுகள் இருந்தாலும், ஒரு மாஜி–மனிதன் இல்லை. அதனால்தான் அவன் குறைந்தபட்சமாக எழுதிய எழுத்துகளில் கூட ஒரு வேகம் இருந்திருக்கிறது. ஆனால் அங்கமுத்துவைப் பற்றிய வரை அவன் கேள்வி வேறு விதமாக இருக்கும் என்பதையும் அவன் அறியாதவனில்லை.

“எனக்குத் தெரியாததில்லை. அந்த இருபது வருஷங்கள், நீ பாங்கில் பாழடித்த நாட்கள் – அப்பொழுதெல்லாம் பாங்க் வேலைக்கு இப்பொழுதுள்ள மவுசு இல்லை – என்பதும் எனக்குத் தெரியும். என்னவோ தேச முன்னேற்றச் சட்டம் 286 என்று கூறுகிறாய். வீடு கட்டக் கடன், பென்ஷன், அந்தப் படி இந்தப் படி. எல்லாம் தடபுடலாக இருக்கிறது – சுண்டைக்காய் கால் பணம் என்றால் சுமட்டுக்கூலி முக்கால் பணம் என்கிறார்கள் – அதையெல்லாம் விட்டுத்தள்ளு – நிறையவே படித்தாய், எழுதினாய், நிறைய அர்த்தபுஷ்டியான உறவுகளைப் பலருடன் வைத்துக்கொண்டிருந்தாய் – என்றாலும், நீ சொல்லித் தான் எனக்குத் தெரியும் – ஏதோ ஒரு பிரஞ்சுத் தத்துவவாதியின் பெயரைச் சொன்னாய் – என்றுமே நீ மூளை அறையிலிருந்து வெளிவரவில்லை. அதனால்தான் இப்பொழுது இந்தத் தேச முன்னேற்றச் சட்டம் 286 இடம் செல்லத் துடிக்கின்றாய். ராஜு, நீ நினைப்பது மாதிரி நான் சிந்திக்கத் தெரியாதவனில்லை. அதே போல எதையும் பார்வை மூலம் கிரகித்துக்கொள்ளும் அறிவையும் எனக்கு ஆண்டவன் கொடுத்திருக்கிறான் என்று வைத்துக்கொள். இப்பொழுது கூட ஞாபகம் வருகிறது. ஒரு நாள் நான் உன் வீட்டிற்கு வந்தபொழுது – இது உன்

பெற்றோர்கள் இறந்த பிறகு, அன்று உன் வீட்டுக் காரியத்தைப் பார்த்து வந்த ஸ்திரீயும் அவள் வீட்டுக்குப் போய்விட்டதாகத் தெரிந்தது – இரவு எட்டு மணி இருக்கும் – உன் அறையில் மாத்திரம் விளக்கு எரிந்து கொண்டிருந்தது. கதவு உள்ளில் தாளிடப்படாமல் சாத்தியிருந்தது – அதே போல் வாசல் கதவும் – உன் அறைக்குள் நுழையும்முன் நான் வெளியிலேயே நின்று கொண்டிருந்தேன். நீ உரக்க இரு வரிகளை சப்த ரூப வகையில் விதவிதமாய்த் திரும்பத் திரும்பப் பாடிக்கொண்டிருந்தாய்:

ஜானே வாலே!
வாலே ஜானே!
வாலே! ஜானே ஏ!
ஜானே ஏ! வாலே ஏ!
ஜானே ஏ! வாலே!
வாலே ஏ! ஜானே ஏ!

பிறகு நீ உன் கைகளைக் கொண்டு படுக்கையில் வேக வேகமாக அடிப்பது கேட்டது. அப்பொழுது நான் உன் அறைக்குள் நுழைந்தேன்.

உன் கட்டிலுக்கு அருகில் உள்ள சூரல் வட்ட மேஜை மீது ஒரு கிளாஸில் பாதியில் ஐஸும் பிராந்தியும் இருப்பதைப் பார்த்தேன். அதன் அருகில் ஒரு தகரக்கிண்ணத்தில் புகைந்து எரிந்த சிகரெட் துண்டுகள். என்னைப் பார்த்ததும் நீ படுக்கையிலிருந்து எழுந்திருக்க ஆரம்பித்தாய். நான் உன்னைத் தடுத்ததும், "வெளி அறைக்குப் போகலாம்" என்றாய். நான் நீ என்ன சொல்லியும் கேளாமல் உன்னைப் பிடித்துக்கொண்டு வெளி அறையில் ஒரு நாற்காலியில் உட்கார வைத்தேன். எதிரே ஒரு நாற்காலியில் நானும் உட்கார்ந்தேன். நடுவில் அந்தச் சூரல் வட்டமேஜை. அதில் மறுபடியும் நீ நான் என்ன சொல்லியும் கேளாமல், உன்னை நிதானப்படுத்திக்கொண்டு மறுபடியும் உள்ளிலிருந்து அந்த பிராந்திப் பாட்டிலைக் கொண்டு வந்து வைத்தாய். ஆனால் நீ பின்னால் பேசியதிலிருந்து நீ போதையிழந்து விட்டதாகத் தோன்றவில்லை. பிராந்தி பாட்டிலிலிருந்து நீ எனக்குக் கொஞ்சம் கொடுத்துவிட்டு அதை வைத்துவிட்டாய்.

பிறகு நீ பேசினாய்.

"என்ன?"

"நீ பாடிக் கொண்டிருந்தாயே அந்தப் பாட்டிற்கு என்ன அர்த்தம்? என்ன பாஷை?"

"அர்த்தம் கிடையாது. பாஷை உருதுவோ ஹிந்தியோ இருக்கலாம். இரண்டு பாஷைகளும் எனக்குத் தெரியாது."

"பின்?"

"அர்த்தமில்லாத சப்த அலைகள்."

"என்றால்?"

"இந்தமாதிரி குடித்த பின்னரோ, குடிக்காமலேயோ, அர்த்த மில்லாத சப்த அலைகளைத் தனியாக இருந்துகொண்டு பாடாமல் இருந்தால் நான் செய்ய வேண்டிய காரியத்தை என் வகையில், நான் விரும்பியபடி செய்ய முடியாது"

"நீ என்ன சொல்கிறாய்?"

"உனக்குத் தெரியும்தானே? இந்தப் பாடாவதிப் பென் ஷனை வைத்துக்கொண்டு எனக்கு என் தேவைகளைத் திருப்திப்படுத்த முடியவில்லை. ஆனால் ஒரு தனி ஆளுக்கு என்ன என்று கேட்பாய். எந்தப் புத்தகக் கடையைப் பார்த் தாலும் உடனே கையிலுள்ள காசைக் கொடுத்து வாங்கி விடு கிறேன். அதைப் போலவே இந்தக் குடி விவகாரமும். இதற் கெல்லாம்தான் எனக்குத் தெரிந்த இங்கிலீஷை வைத்துக் கொண்டு பள்ளிக்கூடப் பையன்களுக்கு ட்யூஷன் சொல்லிக் கொடுக்கிறேன். அதுவும் பிடிக்கவில்லை."

"ஏன்?"

"உனக்கு நவீனனைத் தெரியும் இல்லையா?"

"தெரியும்."

"அவன்தான் சொல்வான், கிளிப்பிள்ளைகளை வளர்த்துவதைவிட மாடு மேய்க்கப் போகலாம் என்று."

"ஏன் குடிக்கிறாய்?"

"என்னையே நான் தாண்டிப் போக விரும்புகிறேன். என்னைப்பற்றிய வரை எனக்கு இதைப் பிராந்தி மூலம்தான் செய்ய முடிகிறது. ஒரு நண்பர்கூடக் கேட்டார். இதை நீங்கள் அன்றாட தினசரி வாழ்விலேயே எப்பொழுது என்றில்லாமல் நடு நடுவே சமாதியில் ஆழ்வதன்மூலம் செய்துவிடலாம் என்றார். கேட்பதற்கும் நன்றாகத்தான் இருக்கிறது; எனக்கும் ஆசைதான். ஆனால் என்னால் முடியவில்லை."

இந்த மாதிரி நினைவுகளெல்லாம் இப்பொழுது ராஜசேகர னுக்கு அலை அலையாக வந்தன. அவனுக்குத் தோன்றியது – அங்கமுத்து அவனைப்பற்றி என்ன நினைப்பான் என்று. ஆனால் அது முழு உண்மையில்லை. ஒரு வகையில் எழுத்தாளர் வகை உண்மை என்று சொல்லலாம். "ஐயா, சாப்பிட வரவில் லையா?" அவன் தன் நினைவுகளிலிருந்து தன்னை விடுவித்துக் கொண்டு சாப்பிடச் சென்றான்.

II

சொன்னபடி புதன்கிழமை அங்கமுத்து வந்தான். காபி குடித்து விட்டு இருவரும் தயார் ஆனார்கள். "ஐயா, சாப்பிட வருவீங்களா?" "இல்லை, நாங்கள் வெளியே சாப்பிடுகிறோம். வருவதற்கு நேரமாகும்." இருவரும் பஸ் ஸ்டாண்டை நோக்கி நகர்ந்தார்கள். பிரதான வீதியில் இருக்கும் 'அரசாங்கத் தலைமைச் செயலகத்திற்'குப் போக பஸ் நம்பர் 1 ஏற வேண்டும். அன்று எதிர்பாராத நிலையில் பஸ் 2 பஸ் 1 வருவதற்கு முன் வந்தது. அங்கமுத்து ஆரம்பித்துவிட்டான். "அரசாங்கக் காரியம் இல்லையா? ஒன்றும் செய்யமுடியாது. அப்படியே காரியத்தை ஒழுங்காகச் செய்யாவிட்டால் ஏதாவது நடவடிக்கை எடுத்தால் காந்தி மகான் காட்டிக் கொடுத்த ஒத்துழையாமை இயக்கத்தைத் தொடங்கிவிடுவார்கள். ஒன்றுமே சொல்ல முடியாது. உன்னுடைய சாமியார் பாடி வைத்திருக்கிறாரே - 'நித்த மவுனமில்லாமல் அறியேன் மற்றை நிட்டைகளே.'

"தாயுமானவர் இல்லையா?"

"ஆமாம் தாயுமானவரேதான். ஒன்று தாயுமானவர்; இல்லை பட்டினத்தார்; இல்லை தாண்டவராய சுவாமிகள். இல்லை எதற்கெடுத்தாலும் திருவள்ளுவர் இருக்கவே இருக்கார். உன்னை நினைத்தால் எனக்கு அழுவதா, சிரிப்பதா என்று தெரியவில்லை."

"நீ என்ன சொன்னால் என்ன? இவர்கள் தமிழில் எழுதி வைத்திருக்கிறார்கள். உனக்குத்தான் தெரியுமே. நமது தத்துவ ஞானிகளுக்கு மனதைப்பற்றி உள்ள ஞானம் என்னைப் பிரமிக்க வைக்கிறது."

"அதெல்லாம் சரி, பஸ் 3 வந்துவிட்டது. அதில் ஏறினால் பிரதான வீதிக்குப் பாதிதூரம் போகலாம். பஸ் 1 இன்று வருவது சந்தேகமாக இருக்கிறது. என்ன சொல்கிறாய்?"

"சரி."

அவர்கள் இருவரும் பஸ் 3இல் ஏறினார்கள்.

குறிப்பிட்ட இடத்தில் இறங்கினார்கள். இராஜசேகரன் ஒரு வெற்றிலை பாக்குக் கடைக்குச் சென்றான். ஒருமுறை வெற்றிலை பாக்குத் தின்றான். அங்கமுத்துவிடம் "உனக்கு ஒரு கட்டுக் காஜா பீடி." இருவரும் 'அரசாங்கத் தலைமைச் செயலகத்தை' நோக்கி நடந்தார்கள். நடுவில் அங்கமுத்து ஒரு ஸில்க் ஷர்ட் ஆசாமியைக் கண்டதும் பெரிதாக ஒரு கும்பிடு போட்டான். அவரும் "என்னப்பா, அங்கமுத்து உலகம் எப்படிப் போகிறது?" "தலைகீழாக இருக்கு; கால்தான் மேலே, மனிததாண்டவம் சாரே, சிவதாண்டவம் இல்லையே!" என்று சிரித்துக்கொண்டே சொன்னான். "விஷயம் என்ன?" அங்கமுத்து. இராஜசேகரனைச் சுட்டிக் காட்டி, "இவர் விஷயமா 'அரசாங்கத் தலைமைச் செயலகத்திற்குப் போக வேண்டியிருக்கிறது." "என்ன விஷயம்?" "தேச முன்னேற்றச் சட்டம் (286)ஐப் பயன்படுத்திக்கொள்ள விரும்புகிறார்." அவர் இராஜசேகரனைப் பார்த்து லேசாகச் சிரித்தாரோ என்று இராஜசேகரனுக்குத் தோன்றியது. தனக்குள் தானே "பாவம்" என்று சொன்னாரோ என்றுகூட அவனுக்குச் சந்தேகம். அங்கமுத்து மீண்டும் அவரிடம் கேட்டான். "இப்பொழுது அந்த ஸெக்ஷனை யார் கைங்கர்யம் செய்கிறார்?" அவர் சிரித்துக்கொண்டே "ஏபிள் தாம்ப்ஸன். பின் உங்கள் அதிர்ஷ்டம்" என்று சொல்லிவிட்டு, "பின்னே நான் வரட்டுமா?" என்று சொல்லிவிட்டு விடைபெற்றுக் கொண்டார்.

இராஜசேகரன், அங்கமுத்துவிடம், "அவர் யார்?" என்று கேட்டான். "அதை ஏன் கேக்கறே. அது ஒரு பெரிய கதை. ஸ்டேஷனரி டிபார்ட்மென்டில் 30 வருஷம் கிளார்க்காக இருந்தார். வேலையை ஒழுங்காகச் செய்வார். எல்லோருக்கும் முன்னாடி வந்து எல்லோருக்கும் கடைசியாகப் போவார். பேப்பர்களை அவரைப் பொறுத்தவரை அப்பொழுதே பைசலாக்கிவிடுவார். கடைசியில் ஹெட்கிளார்க் பதவி அவருக்குக் கிடைக்கவில்லை. மேலிடத்திலிருந்து ஏற்பாடு என்று தெரியவந்தது. அவர் ஒரு சங்கத்திலும் சேரவில்லை. ஆனால் எல்லாச் சங்கங்களுமே அவருக்கு உதவி செய்வதாகவும் அவரை ஒரு கம்ப்ளையின்ட் போடவும் சொன்னார்கள். அவர் "அதெல்லாம் வேண்டாம்பா" என்று சொல்லிவிட்டார். ஜியார்ஜ் ஸார் என்றால் இப்பொழுதும் அரசாங்கத் தலைமைச் செயலகத்தில் இன்றும் ஒரு பேரும் மரியாதையும் உண்டு. பிள்ளை குட்டி ஒன்னும் கிடையாது. ஒழுங்காக ஞாயிறுதோறும் தம்பதி இருவரும் சர்ச்சுக்குப் போகத் தவறமாட்டார்கள். கொஞ்சம் பசையுள்ள குடும்பம். ஒரு வீடும் உண்டு என்று

வைத்துக்கொள். அவர் முகம் எப்பொழுதும் சாந்தமாகவே இருக்கும்."

"மொத்தத்தில் அப்பாவி என்று சொல்."

"இல்லை அவர் அடிக்கடி சொல்லும் ஒரு வசனம்: "ஸாரே, பாவம் செய்தால் பரமன் பொறுக்கமாட்டான்."

அவர்கள் தங்கள் நடையைத் தொடர்ந்தார்கள். இராஜசேகரன் சொன்னான். "நடப்பதினால் நடை தொடரும். இல்லையா?"

"பின்னே இல்லாமெ. பிரதான வீதியில் 'அரசாங்கத் தலைமைச் செயலகத்திற்கு' என்றால் ஆயுள் முழுதும் அது நீடிக்கலாம்."

இராஜசேகரன் ஒன்றும் சொல்லவில்லை. ஆனால் அவன் மனதிற்கு என்னவோ என்றுமில்லாத ஒரு மகிழ்ச்சி. அவர்கள் இருவரும் 'அரசாங்கத் தலைமைச் செயலகத்தை' நெருங்கிக் கொண்டிருந்தார்கள். இராஜசேகரன் எதிரில் தென்பட்ட ஒரு வெற்றிலைபாக்குக் கடையை நோக்கி நடந்தான். அதைக் கண்டதும், "இதோ வந்து விடுகிறேன்" என்று அருகிலிருந்த ஒரு முடுக்கில் அங்கமுத்து நுழைந்தான். இராஜசேகரன் அந்த வாரம் வந்திருந்த The Illustrated Weekly of India வைக் கடைக்காரன் அனுமதிபெற்றுப் புரட்டிப் பார்த்தான். அதைத் திருப்பி வைக்கவும் அங்கமுத்து வருவதும் சரியாக இருந்தது. அங்கமுத்துவின் கண்கள் சிவந்திருந்தனவோ என்று இவனுக்கு ஒரு சந்தேகம். அவன் உதடுகளுக்கிடையில் ஒரு காஜாபீடி புகைந்து கொண்டிருந்தது. அவர்கள் அந்த அரசாங்க அலுவலகத்தை நோக்கி நடந்துகொண்டிருந்தார்கள். அங்கமுத்து தொடர்ந்தான். "ஜியார்ஜ் ஸார் ஏபிள் தாம்ப்ஸனைப் பற்றிச் சொன்னதைக் கேட்டாயா?"

"உங்கள் அதிர்ஷ்டம்' என்று சொன்னதையா?"

"ஆம். ஆள் கெட்டிக்காரன். 'நர்த்தன லௌகீக'த்தில் கைதேர்ந்தவன். நீதான் பார்க்கப் போகிறாயே."

"திரும்பப் போய்விடலாமா?" (இது மனதின் தூண்டு கோலாக இருந்திருக்க வேண்டும்.)

"ராஜூ, இப்படியிருந்தால் நீ வாழ்க்கையில் எவ்வளவு தூரம் போகமுடியும். சும்மா வா. எல்லாக் கதவுகளையும் தட்டிப் பார்க்கலாம்." இதற்குள் அவர்கள் அலுவலகத்திற்குள் நுழைந்து விட்டனர்.

பிளாக்–1ல் சென்று அதற்கு வலதுபக்கத்தில் தன்னுடைய சிநேகிதருடன் பேசிக்கொண்டிருந்த ஒரு குட்டி அதிகாரியிடம் அங்கமுத்து, "ஸார், ஏபிள் தாம்ப்ஸனை எந்த ஸெக்ஷனில் காணலாம்" என்று கேட்டான். அவர் அங்கமுத்துவிற்குப் பதில் சொல்லாமல் தன் சிநேகிதரிடம் "ஏன்ப்பா, ஏபிள் தாம்ப்ஸன் எங்கிருக்கிறார்" என்று கேட்டார். "அவரா – அவர் ஸர்வவியாபி; பலமுறைகளில் அந்தர்யாமி" என்றார். அங்கமுத்துவுக்குச் சற்றுக் கோபம் வந்துவிட்டது. இருந்தாலும் தன்னை மிகவும் சிரமப்பட்டு அடக்கிக்கொண்டு, "ஸார், அவரை ஒரு அவசர காரியமாகப் பார்க்க வேண்டும்" என்றான். இதற்கு முதலில் பேசியவர், "ஆமாம் ஸார், யாருக்குத்தான் அவசர காரியம் இல்லை. நீங்களும்தான் பார்த்துக் கொண்டுதானே இருக் கிறீர்கள். இங்கு நுழைந்துவிட்டால், சரியா 5 மணி வரை இடுப் பொடிய வேலை. ஏபிள் தாம்ப்ஸன் கொடுத்து வைத்தவன்" என்றார். இதற்குள் அடுத்த மேஜையின் முன் உட்கார்ந்திருந் தவர் – ஒரு வயஸன், நரைத்த மீசை, முற்றிலும் வழுக்கைத்தலை – தன் மூக்குக்கண்ணாடியைத் தாழ்த்திக் கொண்டு அங்க முத்துவைப் பார்த்து, "ஸார், அவர் கிடக்கார். நீங்கள் ஒன்று செய்யுங்கள். நீங்கள் பிளாக்–4க்குப் போய் முதலில் வலது பக்கம் திரும்பிக் கடைசி அறையில் சென்று பார்த்தால் – உங்களுக்கு அதிர்ஷ்டம் இருந்தால் – ஏபிள் தாம்ப்ஸனைப் பார்க்கலாம்" என்றார். இதைக் கேட்டவுடன் அங்கிருந்த எல் லாருமே விழுந்து விழுந்து சிரித்தார்கள்.

அங்கமுத்து, இராஜசேகரனிடம், "ராஜூ, இன்று நாம் கிளம்பின நேரம் சரியில்லை. இங்கிருப்பதால் காரியம் ஒன்றும் நடக்கப் போவதில்லை. வா, போகலாம்" என்றான். வெளியில் வந்ததும் அவனும் தன்னைப் போலவே தனக்குள் சற்று உரத்த குரலில், "பொதுஜன ஊழியர்களாம். அயோக்ய ராஸ்கல்கள். இப்படி ஒரு வேலையும் செய்யாமல் சமயத்தை தட்டிக் கழிக்கத்தான் இவன்லாம் கவர்ன்மென்ட் வேலை என்று வேவலாதிப்படறாங்க" என்று சொல்லிவிட்டு, காஜா பீடிக்கட்டிலிருந்து ஒன்றை உருவி அதைப் பற்ற வைத்தான். அப்பொழுதுதான் அவர்கள் இருவரும் கவனித்தார்கள் – சற்றுப் பின் ஒரு ஆள் வருவதை. அந்த ஆள் சீக்கிரமாகவே அவர்களிடம் வந்தான்.

"ஸார் அவங்கெல்லாம் அப்படித்தான் பேசுவாங்க. ஏபிள் தாம்ப்ஸன் ஸார் பெரிய இடத்திலிருந்து வந்தவர். அதனாலெ அவங்களுக்குப் பிடிக்காது. இல்லாட்டாலும் அடுத்த திங்கட்

கிழமை – சர்வகட்சிகள், சங்கங்கள், ஆளும் கட்சி உட்பட – ஒருநாள் சங்கேத வேலைநிறுத்தம். இப்பவே அவங்கெல்லாம் ரொம்பக் குதூகலமா இருக்காங்க. சார், வாங்க நான் ஏபிள் தாம்ப்ஸன் இருக்கிற இடம் காண்பிச்சுத் தாரேன். அவர் இருக்கிற இடம் பிளாக்–3. இந்த ஆபிஸில் பிளாக்–4ங்கிற இடமே கிடையாது. மோஸஸ் ஸார் இப்படித்தான் ஏதாவது குறும்பாப் பேசிட்டு இருப்பாரு. ஆன வேலைல்லெ கறார்" என்று சொல்லிக் கொண்டே அவன் முன் சென்றான். ஒரு நீண்டவராந்தாவில் கடைசி அறை முன் நின்றான். "ஸார் இங்க இருங்க. சீக்கிரம் வந்துடுவாரு. அவர் வர்றவரை நான் இருக்கணுமா" என்று நின்றுகொண்டிருந்தான். அங்கமுத்து அவனிடம் "இந்தாப்பா, இதை வாங்கிக்கோ" என்று ஒரு ரூபாயை நீட்டினான். "இதெல்லாம் எதுக்குங்க" என்று அதை வாங்கிக்கொண்டு கான்டீன் பக்கம் போனான். அங்கமுத்து "இது இன்னொரு விதம்" என்று காஜா பீடிக்கட்டிலிருந்து இன்னொரு பீடியை உருவி எடுத்தான்.

அவர்கள் பிளாக்–3இல் சென்றதும் குறிப்பிட்ட அறையில் மூன்று க்ளார்க்குகளைத் தவிர வேறு யாருமில்லை. சற்று நேரம் கழித்து ஒரு நோஞ்சல் பேர்வழி – அந்த ஸெக்ஷன் வேலைக்காரனாக இருக்க வேண்டும். அவனிடம் அங்கமுத்து, "அவர் இன்னும் வரவில்லையா?" என்று கேட்டான். அவன், "இப்ப வந்துடுவார். இருங்க" என்றான். அவன் சொல்லி முடிந்ததும்தான் தாமதம், தொலைவிலிருந்து ஒரு சிவந்த ஸ்போர்ட்ஸ் மாடல் கார் வந்துகொண்டிருந்தது. இராஜசேகரன் தன் கைக்கடிகாரத்தைப் பார்த்ததும் மணி சரியாக 12 ஆகியிருந்தது. காரை ஓட்டி வந்தவரைப் பார்த்ததும் இருவருக்கும் – அங்கமுத்துவிற்கும் சரி, இராஜசேகரனுக்கும் சரி – ஆச்சரியமாக இருந்தது. நல்ல சுறுசுறுப்பான இளைஞர். ஒரு டி–ஷர்ட் அணிந்திருந்தார். அதிகம் போனால் அவர் வயது 30க்கு இந்தப் புறம்தான் இருக்கும். வாயில் ஒரு சிகரெட் புகைந்து கொண்டிருந்தது. அதை எடுக்காமலேயே காரை ஷெட்டில் கொண்டு வைத்துவிட்டு வந்தார். படியேறி தன் ஸெக்ஷனுக்கு போகும் முன் சிகரெட்டைக் கீழே போட்டுவிட்டு பூட்ஸ் காலால் அதை அழுத்தி அணைத்தார். இவர்கள் இருவரும் அவர் மேஜை எதிரே நின்றார்கள். அவர் சிரித்துக் கொண்டே "ஏன் சிக்ஷையை எதிர்பார்க்கும் குற்றவாளிபோல் நின்று கொண்டிருக்கிறீர்கள்? "உட்காருங்கள்" என்றார். உட்கார்ந்தார்கள். ஏபிள் தாம்ப்ஸன் (வந்தது ஏபிள் தாம்ஸன் தான்) அடுத்தபடியாக, "மன்னார்சாமி" என்று ஒரு குரல்

கொடுத்தார். அவர்கள் இருவரும் முதலில் பார்த்த அந்த நோஞ்சல் ஆசாமி அங்கு வந்து சேர்ந்தான். ஏபிள் தாம்ப்ஸன் அவனிடம் ஒரு பத்து ரூபாய் நோட்டை நீட்டி, “போய் ஒரு பாக்கெட் நேவிகட் வாங்கிண்டு வா” என்றார். அவன் அந்த ரூபாய் நோட்டை வாங்கிக்கொண்டு சென்றான். ஏபிள் தாம்ப்ஸன் இவர்கள் பக்கம் திரும்பி, “நீங்கள் யார் என்று தெரியவில்லையே. என்ன விசேஷம்” என்றார். அங்கமுத்து சொல்ல ஆரம்பித்தான். “நான் அங்கமுத்து. சென்ற வருடம்தான் டி.பி.ஐயிலிருந்து ஓய்வு பெற்றேன் – செக்ஷன் சூப்பிரண்டெண் டாக, இவர் என் நண்பர். பெயர் இராஜசேகரன். இவர் பத்து வருஷங்களுக்கு முன் வித்யா பாங்கிலிருந்து மானேஜராக ரிடையர் செய்தார்.” இராஜசேகரனுக்கு என்னவோ மாதிரி இருந்தது. ஏனென்றால் அவன் ரிடையராகும் முன்பு அக் கௌண்டன்ட் இன்–சார்ஜாகத்தான் இருந்தான். இல்லா விட்டாலும் அவனுக்கு அங்கமுத்துவின் உதவியும் தேவையாகத் தான் இருந்தது. அவனுக்கு முன்கையெடுத்து எதிலும் செயல்முறையில் இயங்க முடியவில்லை. அங்கமுத்து தொடர்ந்தான்: “என் நண்பர் இப்பொழுது புதிதாக அமுலில் வரவிருக்கும் ‘தேச முன்னேற்றச் சட்டம் (286)’ஐப் பயன் படுத்திக்கொள்ள வந்திருக்கிறார்.” இதைக் கேட்ட உடனேயே தன் இருப்பிடத்திலிருந்து ஏபிள் தாம்ப்ஸன் எழுந்து நின்றார். ராஜசேகரனும் தன்னை அறியாமலேயே எழுந்து நின்றான். ஏபிள் தாம்ப்ஸன் சொன்னார். “ஸார், உலகத்திலேயே முதல் முதலில் இந்த மாதிரி ஒரு சட்டத்தின் அவசியத்தை உணர்ந்து அதை அமுலுக்குக் கொண்டு வருவது நமது தேசம். எல்லாரும் தான் தேசத்திற்குச் சேவை செய்ய நான், நீ என்று முந்திக் கொள்கிறார்கள். எதனால் என்பது உங்களுக்கும் எனக்கும் தெரியாத இரகசியம் ஒன்றும் இல்லை. ஆனால் உங்களைப் போன்றவர்கள்தான் நம் நாட்டின் தவப்புதல்வர்கள் என்று சொல்ல வேண்டும். உங்களைக் கண்டால் எனக்குப் பொறாமை யாக இருக்கிறது. சார், கையை நீட்டுங்கள்” என்று இராஜ சேகரன் கையை நீட்டுவதற்கு முன் அவர் இராஜசேகரன் கையை பலமாக ஒரு குலுக்கி குலுக்கிவிட்டு உட்கார்ந்தார். இராஜசேகரனும் உட்கார்ந்தான். அங்கமுத்து மறுபடியும் தொடங்குவதற்கு முன் அங்கு ஒரு வேலைக்காரன் வந்து, “ஸார், ஆபீஸர் கூப்பிடுகிறார்” என்றான். ஏபிள் தாம்ப்ஸன் அவர்கள் இருவரையும் பார்த்து, “காரியம் முடிந்தவுடன் வந்துவிடுகிறேன். போய் விடாதீர்கள்” என்று சொல்லிவிட்டுச் சென்றார். அந்த நோஞ்சல் ஆசாமி அவர்களிடம் வந்து, “அவர் வருவதற்குச்

சற்று நேரம் ஆகலாம். நீங்கள் இருவரும் காண்டீனுக்குப் போய் சாப்பிட்டு வாருங்கள். அவர் வந்தால் நான் சொல்லிக் கொள் கிறேன்" என்றான். அங்கமுத்து வாட்ச்சைப் பார்த்தான். மணி 1 ஆகி இருந்தது. "அதுவும் சரிதான் ராஜூ, வா போய்ட்டு வரலாம்" என்றான். அவர்கள் சாப்பிட்டுவிட்டு, சற்று வெளியில் போய் வெற்றிலை போட்டுக்கொண்டு வந்ததும் மணி 2ஆக இருந்தது. ஆனால் ஏபிள் தாம்ப்ஸனைக் காணவில்லை. ஆனாலும் அவர் சீக்கிரமாகவே வந்து விட்டார். வந்ததும் "Sorry, இருங்கள் சாப்பிட்டு வந்துவிடுகிறேன். நீங்கள் இருவரும் சாப் பிட்டிருப்பீர்கள்" என்று சொல்லிவிட்டுப் போனார். சீக்கிர மாகவே திரும்பி வந்து விட்டார். மீண்டும் அங்கமுத்து தொடங்கி னான். அப்பொழுது ஏபிள் தாம்ப்ஸன் கேட்டார். "மிஸ்டர் இராஜசேகரன் நீங்கள் ஏன் ஒன்றும் பேசாமல் இருக்கிறீர்கள்?" இராஜசேகரன் சொன்னான்: "ஸார் நீங்கள் நினைப்பது மாதிரி ஒன்றும் இல்லை. நான் பூர்ண மனதுடன்தான் இந்தச் சட்டத்தைப் பயன்படுத்திக்கொள்ள விரும்புகிறேன். ஆனால் எனக்கு எந்த ஒரு விஷயத்தைப் பற்றியும் தெளிவாகவும் நுணுக்க மாகவும் எழுத முடியவில்லை. நீங்கள் அங்கமுத்துவை எனது ஏபிள் தாம்ப்ஸனாகக் கணக்கில் எடுத்துக்கொள்ளலாம்." இந்தக் கடைசி வாக்கியத்தைக் கேட்ட ஏபிள் தாம்ப்ஸன் சிரித்துக் கொண்டே, "மிஸ்டர் அங்கமுத்து, நீங்கள் தொடருங்கள்" என்றார். அங்கமுத்து மறுபடியும் ஆரம்பித்தான். "ஸார், நீங்கள் கேட்ட கேள்வி நியாயம்தான். சட்டத்தின் சாராம்சத்தைப் பற்றித் தெரியும். நான் கூட இராஜசேகரனிடம் கேட்டேன். உண்மையாக நீ இந்தச் சட்டத்தைப் பயன்படுத்திக் கொள்ள விரும்புகிறாயா – என்று. அவன் சுருக்கமாக, ஆனால் திட நிச்சயமாக தன் முடிவை மாற்ற மாட்டேன் என்று எனக்கு வாக்குறுதி அளித் தான். ஆனால் நான்தான் அவனிடம் சொன்னேன் – இந்தச் சட்டத்தின் அச்சுப் பதிப்புச் சட்டத்தைப் படித்த பிறகு முடிவு செய் என்றேன். அவன் என்னிடம் சொன்னது, எனக்கு அச்சுப் பதிப்பைப் படித்துப் பார்ப்பதில் ஆர்வம் இல்லாமல் இல்லை. ஆனால் அது எப்படி இருந்தாலும் என் முடிவு மாறப்போவ தில்லை. அதனால்தான் உங்கள் டிபார்ட்மென்டில் இந்த அச்சுச் சட்டப்பதிப்பு ஒரு பிரதி வாங்கிக் கொண்டுபோக வந்திருக்கோம்" என்று முடித்தான்.

இதைக் கேட்ட ஏபிள் தாம்ப்ஸன் ஒன்றுமே பேசாமல் ஒரு அரைமணி நேரம் அவர்கள் இருவர் திசையில் தன் கண் களால் அவர்களைப் பாராமலேயே பார்த்துக்கொண்டிருந்தான். உண்மையைச் சொல்வதென்றால், அவர்கள் இருவருக்கும்

சற்றுப் பயமாகக் கூட இருந்தது. பிறகு அவன் ஒரு சிக ரெட்டைப் பற்ற வைத்து விட்டு அவர்களைப் பார்த்துப் பேச ஆரம்பித்தான் – மீண்டும் ஒரு அமிழ்ந்த உற்சாகத்துடன்தான் என்று சொல்ல வேண்டும்.

"உங்கள் இருவருக்குமே ஆச்சரியமாக இருக்கலாம். கலகல வென்று பேசிக்கொண்டே இருந்தவன் ஏன் இப்படித் திடீ ரென்று ஊமையாகி விட்டேன் என்று. நீங்கள் பலரிடமிருந்து என்னைப் பற்றி ஏராளமான குறிப்புகளைக் கேட்டிருப்பீர்கள். இவைகளைப் பற்றி எனக்கு ஒரு விதச் சலனமும் கிடையாது. ஒருவன் எவ்வளவுக்கு எவ்வளவு மற்றவர்களிலிருந்து வித்தி யாசப்படுகின்றானோ, அவ்வளவுக்கவ்வளவு சாதாரண மானவர்கள் அவன் மீது ஆத்திரப்படுகிறார்கள். அவனை அறவே புறக்கணிக்கிறார்கள். இதில் இன்னுமொரு விஷயத்தைக் கவனிக்க வேண்டும். இந்த அரசாங்கத் தலைமைச் செயலகத் திலேயே நான் மிகவும் மதிக்கப்பெற்றவர்களில் ஒருவர் ஸ்டேஷனரி டிபார்ட்மெண்டில் 30 வருஷம் கிளார்க்காக இருந்து ஓய்வு பெற்ற மிஸ்டர் ஜியார்ஜ். உங்களுக்குத் தெரிந்திருக்கும். அவரிடம் எல்லாருக்குமே மதிப்புண்டு. நீங்கள்கூட அவரிடம் என்னைப் பற்றிக் கேட்டிருந்தால் சிரித்துக்கொண்டே சொல்லி யிருப்பார். 'ஏபிள் தாம்ப்ஸன். உங்கள் அதிர்ஷ்டம்.' அவருக்கு என்னை எவ்வளவு தெரியுமோ அவ்வளவு எனக்கு அவரைத் தெரியும். நான் இப்பொழுது சொல்வது தற்புகழ்ச்சியால் இல்லை. அவர் அப்படிச் சொன்னதின் பின் ஒருவித ஏளனமும் கிடையாது. ஒரு ஆழமான உண்மை என்று மாத்திரம் தெரியும். ஆனால் மிஸ்டர் ஜியார்ஜைப் பற்றி எல்லாம் பேசிக்கொண் டிருந்தால் இன்றெல்லாம் பேசிக் கொண்டிருக்கலாம். அது இங்கு அவசியமும் இல்லை. மேலும் சொல்கிறேன். கேட்டுக் கொள்ளுங்கள். இங்கு இப்பொழுது இருக்கும் ஒரு மந்திரிக்குத் தூர உறவினருக்குத் தூர உறவினன் நான். ஆனால் அவர் உதவியில் நான் இந்த வேலைக்கு வரவில்லை. என் சொந்த முயற்சியில் போட்டிப் பரிட்சையில் தேறின எனக்கு முதலில் வேலை கிடைத்தது மத்திய அரசாங்கத் தலைமை அலுவலகத் தில்தான். அங்கும் என்னைப் பற்றிப் பலவித வதந்திகள். இந்தச் சட்டம், எல்லாக் கட்சிகளும் ஒரே சேர அனுமதி கூறப் பில் பாஸாவதற்கு முன் என்னைக் கலந்துதான் செய்தார்கள். நான் அடிப்படையில் ஒரு கவர்ன்மெண்ட் உத்யோகஸ்தன். எந்த ஒரு அரசியலும் செயலாற்றுவதின் பின் உள்ள அடிப்படை நோக்கம் மிகவும் சிக்கலானது. ஆனால் என்னைப் பற்றிய வரை இவை களையெல்லாம் புரிந்துகொள்ள முடியும்.

இந்தச் சட்டத்தையே எடுத்துக்கொள்ளுங்கள். சட்டத்தின் அச்சுப்பிரதி இன்னும் வெளிவரவில்லை என்ற போதிலும், அதைப்பற்றி எல்லாப் பத்திரிகைகளும் காரசாரமாகத் தாக்கி எழுதியிருக்கின்றன. இது எப்படிச் சாத்தியமாயிற்று. இந்தக் கட்டத்தில் அவைகள் எழுதுவதில் நியாயம் இல்லை என்றும் சொல்ல முடியாது. இந்த பில்லை மத்திய சட்டசபையில் கொண்டு வந்தபொழுது அதன் சாராம்சம் மாத்திரம் விவரிக்கப் பட்டது. விவரங்கள் பேசப்படவில்லை. இந்தச் சட்டத்தைக் கைகாரியம் செய்வதற்குத்தான் நான் இங்கு அனுப்பப்பட்டேன்.

என்னைப் பற்றியே நான் அதிகம் பேசவிரும்பவில்லை. ஆனால் பேசவேண்டிய சந்தர்ப்பத்தில் பேசாமல் இருப்பது வெறும் போலிப் பணிவு. இன்னும் ஒன்றும் சொல்கிறேன். நான் அடிப்படையில் ஒரு கவர்ன்மெண்ட் உத்யோகஸ்தன் என்றாலும் கவர்ன்மெண்ட் எல்லை மீறிப் போகிறதென்றால், நான் என் வேலையை ராஜினாமா செய்துவிடுவேன். நான் ஒரு பரம்பரைப் பணக்காரக் குடும்பத்தில் பிறந்தவன் என்பது ஒரு காரணம். பல காரியங்களில் எனக்கு ஒரு அடிப்படைத் துணிவும் உண்டு.

உங்கள் இருவருக்குமே ஆச்சரியமாக இருக்கலாம், நான் இவ்வளவு அதிகமாகப் பேசுகிறேன் என்று. நீங்கள் இருவரும் சொல்லாவிட்டாலும், உங்களுக்குத் தெரியும். சட்டசபையில் இந்த பில்லைக் கொண்டு வந்தபோது அதன் அடிப்படை ஒளித்து வைக்கப்படவில்லை. அதன் அடிப்படைதான் என்ன? சுருக்கமாகச் சொல்வதென்றால் 65 வயதும் அதற்கும் மேற்பட்ட வர்களுக்கு, அவர்களுக்கு உடன்பாடென்றால் அவர்களின் உயிரைக் காலி செய்வதற்கு அரசாங்கம் முன் வந்திருக்கிறது. இங்கு கூட ஒரு பிரத்யேக விதி உட்படுத்தப்பட்டிருக்கிறது. கவர்ன்மெண்ட் சட்டத்தின் அச்சுப்பிரதியைப் படித்துத் தன் உயிரை கவர்ன்மெண்ட் மூலம் பைசல் செய்வதற்கு அந்தப் பிரதியில் உள்ள கேள்விகளுக்கு அவர்கள் தரும் பதிலையும், அவர்கள் வாக்குமூலத்தையும் படித்த பிறகே கவர்ன்மெண்ட் ஒரு முடிவு எடுக்கும். அது சாதகமான முடிவாக இருந்தால், அதை அந்த நபரின் நெருங்கிய உறவினர் அதற்கு எதிராக மத்திய அரசாங்க உயர் நீதிமன்றத்தில் வாதாடலாம். ஜட்ஜின் தீர்ப்பு முடிவானது. இதைப் பற்றியெல்லாம் நினைத்துப் பாருங்கள். இதைப் பற்றியெல்லாம் நீங்கள் ஆலோசித்துப் பார்க்க வேண்டும். சட்டத்தின் முழு அச்சுப்பதிப்பைப் படித்துப் பார்த்தால் உங்களுக்குக் கூடுதலாகப் புரியும். மத்திய அரசாங்கம் இன்னும் எவ்வளவு பிரதிகள் அச்சடிக்கவேண்டும்

என்று நிர்ணயிக்கவில்லை. அதை நிர்ணயிக்கக் குறைந்தபட்சம் ஒரு மாதமாவது வேண்டிவரும். நமது அரசாங்கத்தைப் பற்றியவரை இந்தச் சட்டத்தைப் பயன்படுத்திக்கொள்ள வந்தவர்களில் – இன்றளவு – முதலாவதும் கடைசியாகவும் மிஸ்டர் ராஜசேகரன்தான்."

அவர், "மன்னார்சாமி" என்று கூப்பிட்டு அவர்கள் மூவருக்கும் டீ வாங்கிவரச் சொன்னார். மறுபடியும் இராஜசேகரனைப் பார்த்துப் பேசத் தொடங்கினார். இடையிடையே டீயைப் பருகிக்கொண்டு, "மிஸ்டர் இராஜசேகரன், நான் உங்களிடம் ஒன்று சொல்ல விரும்புகிறேன். வாழ்வு அல்லது உயிர், மரணம் என்பவற்றை, ஒன்றை மற்றதிலிருந்து பிரிக்க முடியாது. ஒரு கவிஞன் 'உறங்குவதுபோலும் சாக்காடு' என்றான். இன்னொருவன் 'நித்திரையில் செத்த பிணம்' என்றான். இது மேலெழுந்த வாரியான உண்மை மாத்திரமில்லை. ஒரு ஆழ்ந்த அர்த்தத்திலும் தான். அனுபவத்தின் உச்சகட்டத்தில் சிந்தனையின் தீவிர இயக்கங்களில் நாம் மறைந்துவிடுகிறோம். சாவு என்ற பயத்திலேயே தற்கொலை செய்து கொண்டவர்களையும் எனக்குத் தெரியும். 'பிறவி எடுத்து எடுத்து இளைத்தேன்' என்றான் ஒருவன். பிறவாமை என்ற பெருமை பற்றிப் பேசினான் மற்றொருவன். இவைகளுடன் தொடர்புடையதுதான் – ஒரு வகையில் ஒரு விதத்தில் – இந்தத் தேச முன்னேற்றச் சட்டம் 286. யுகாந்த காலமாக எதையுமே ஊனக்கண்கள் கொண்டுதான் பார்க்கிறோம். ஞானக்கண் என்பது மொழியில் ஒரு பதச்சேர்க்கையாக – சக்கையாக என்று சொல்லமாட்டேன் – மாத்திரம் தங்கிவிட்டது. 'எல்லாரும் இன்னாட்டுமன்னர்' என்றான் ஒரு கவிஞன். ஒருவரும் இல்லை என்றே சொல்லத் தோன்றுகிறது. மண்ணாளுவதற்கு முள்கிரீடம் தரிக்க வேண்டும். ரண சிகிச்சையில், சதையை வாளால் அறுத்து அதைப் பக்குவம் செய்யப் பயிற்சி வேண்டும். இவை அனைத்தும் அப்படி எளிதில் கைவரக்கூடிய வித்தையில்லை. ஏசு குரிசிலேறித் தன்னைத் தானே பலியாக்கிக் கொண்டான், மானுடம் கடைத்தேற. அது ஒரு காலம். இனவெறி, மொழிவெறி, ஜாதிப்பூசல், ஒற்றைக்காசு பெறாதவைகளுக்கெல்லாம் கூட்டுத் தற்கொலை, ஹராகிரி, உண்ணாவிரதம், தன்னைத் துன்புறுத்திக்கொள்வது பிறர் தன் வழிவர – இவை எல்லாவற்றிற்கும் அப்புறமாக எது நின்று சலிக்கிறது. இதனூடு எல்லாம் வாழ்வு இன்னும் நிலைத்துக் கொண்டுதான் இருக்கிறது. சமீபத்தில் படித்த ஒரு கவிதை ஞாபகம் வருகிறது.

இராமா என்ற
வார்த்தையுடன்
விலகினானொருவன்
இத்துடன் அந்தத் தேசத்தின்
ஒரு சகாப்தம் முடிவு பெற்றது.
அதை இன்னும்
துன்புறுத்தாதீர்கள்
என்று கூறி
ஒருவன் ஓசைப்படாமல்
இங்கிருந்து போனான்.
ஆகாயம் மாத்திரம்
இருந்து கொண்டிருக்கிறது.

ஒருவன் கொல்லப்பட்டான். ஒருவன் அதை அப்படிச் சொல்லலாமென்றால் தன்னைத்தானே கொன்று கொண்டான்." ஏபிள் தாம்ப்ஸன் இங்கு நிறுத்தினான்.

அங்கமுத்து பேச ஆரம்பித்தான்: "மிஸ்டர் தாம்ப்ஸன் நீங்கள் பேசியதை எல்லாம் கேட்பதற்குச் சந்தோஷமாகத்தான் இருக்கிறது. ஆனால்?"

"மிஸ்டர் அங்கமுத்து, இந்த 'ஆனால்' என்பதுதான் நம் பிரச்னைகளுக்கெல்லாம் ஆணிவேர். இதில்கூட இந்த 'ஆனால்' நமக்குள் நாமே கேட்டுக்கொண்டால் நல்லது. என்றாலும் நீங்கள் தொடருங்கள். நான் கேட்கத் தயாராக இருக்கிறேன்."

அங்கமுத்து, "கடைசியாக நீங்கள் எல்லோருமே வாழ்க்கை யையே பைசல் ஆக்கும் காரியத்திற்குத்தான் வருகிறீர்கள். என்னையே எடுத்துக்கொள்ளுங்கள். உண்பது, புணர்வது, தொழில் செய்வது இவை அனைத்தும் என் உடல் மூலம் விளைந்து என் உடலையே சார்ந்து இருக்கிறதே. இதுதான் முழுமையான அனுபவம். இந்த நான் என்பதே உள்ளம் – உடல் என்றதின் பிணைப்பின் மூலம் விளைவது. இந்த முடிச்சு அவிழ்ந்த உடன் எல்லாம் முடிந்துவிடுகிறது, இந்த இணை பிரியாத இரண்டைத் துண்டித்து உள்ளம்தான் மேல், அதுதான் ஆதாரம் என்பதை நான் ஒருபோதும் ஏற்றுக்கொள்ள மாட் டேன். மிஸ்டர் ஏபிள் தாம்ப்ஸன், நீங்கள் ஒரு திறமையான பேச்சாளர், சந்தேகமே இல்லை. ஆனால், என்னை மன்னி யுங்கள். இந்த மாதிரி விஷயங்களைக் கேட்கும்பொழுது நான் காலிபன் ஆகிவிடுகிறேன். எனக்கு நீ மொழியைக் கற்றுக் கொடுத்தாய். அதை நான் உன்னைப் பழிக்க, சபிக்கப் பயன் படுத்துவேன். மிஸ்டர் இராஜசேகரன் மாதிரி இந்த உடல்,

உள்ளப் பிணைப்பைத் துண்டிக்க நான் ஒருபோதும் உடன்படமாட்டேன். அது மாத்திரமன்று. இன்னும் ஒருபடி மேல் போய்ச் சொல்லுகிறேன். உங்கள் 'தேச முன்னேற்றச்சட்டம் – 286' வெறும் ஒரு அரசியல் சூழ்ச்சி. இதையெல்லாம் பார்த்துப் பார்த்து எனக்கு அலுத்துவிட்டது.

ஏபிள் தாம்ப்ஸன் சற்றுச் சிரித்துக்கொண்டு சொன்னார்: "மிஸ்டர் அங்கமுத்து, உணர்ச்சி வசப்பட வேண்டாம். நீங்கள் நினைக்கிறமாதிரி இந்தத் 'தேச முன்னேற்றச் சட்டம் 286' வெறும் ஒரு அரசியல் சூழ்ச்சி இல்லை. நான் உங்களுக்குத் தெரிந்த பாஷையிலேயே பேச விரும்புகிறேன், உங்களுக்கெல்லாம் என்றும் மறந்துவிட முடியாத ஒரு படிமப் பிரத்யட்சம். ரதம் என்பதே சட்டம், சக்கரம், குதிரை எல்லாம் என்றாலும், போகும் இடத்தைச் சேர வேண்டுமென்றால் சாரதி இல்லாமல் முடியாது, பார்த்தனுக்கு ஒரு சாரதி வேண்டியிருக்கிறது. நமக்கும்தான் எனக்கும் ரத்தமும் சதையும் இல்லாமல் முடியாது. ஆனால் அதைக் கர்த்தனின் சதையாகவும் அவன் குருதியாகவும் மாற்றினாலன்றி வெறும் ரத்தத்தினாலும் சதையாலும் ஒன்றும் முடியாது; அப்படி இல்லை என்றால், அதெல்லாம் குழப்பத்தில் முடியும். நாம் அதைத் தினந்தோறும் கண்டு கொண்டுதானே இருக்கிறோம். மிஸ்டர் அங்கமுத்து நமக்கு விடைகளைவிடக் கேள்விகள் முக்கியமாகி விட்டன." சற்று நிறுத்திவிட்டு ஏபிள் தாம்ப்ஸன் இராஜசேகரனிடம் கேட்டார்: "ஏன் மிஸ்டர் இராஜசேகரன், நீங்கள் ஒன்றுமே பேசமாட்டேன் என்கிறீர்கள்?" இராஜசேகரன். "நான் என்ன சொல்ல இருக்கிறது? அங்கமுத்து வுக்குத் தெரியும், நான் இப்பொழுதெல்லாம் 'அர்த்தமில்லாத சப்த அலைகளை' எழுப்பிக் கொண்டிருப்பதால்தான் என்னால் இயங்கிக்கொண்டிருக்க முடிகிறது. அவனிடம் சொல்லியிருந் தேன். என்னால் – எவ்வளவு தெரிந்திருந்தாலும் – செயலில் இறங்க முடியவில்லை. யேசு சொன்னது எவ்வளவு உண்மை – என் பின்னால் வரவேண்டுமென்றால் உலகத்தைப் பின்விட்டு வரவேண்டும். நான் சிருஷ்டி – பரமாக இயங்குகையில் அது எளிதாகவே முடிந்து விடுகிறது. சதையில் மாட்டிக்கொண்ட பிறகு அதிலிருந்து தப்புவது அவ்வளவு எளிதன்று. இன்றளவும் என்னால் சிந்தனையையும் செயலையும் ஒன்று சேர இணைக்க முடியவில்லை. அதே சமயம் இந்த உடலை, உலகை அலட்சியப் படுத்தாமல் என் காரியத்தை நான் செய்ய முடியவில்லை. நான் கரைந்துகொண்டிருக்கிறேன். முற்றிலும் அதைச் செய்ய முடியவில்லை. சிந்தனையளவில் தீவிரமாகவே இருந்தாலும், எப்பொழுதும் அர்த்தமில்லாத சப்த அலைகள் என்னை

எங்கெல்லாமோ அழைத்துச் செல்கின்றன. ஆனால் மறுபடியும் மறுபடியும் தடாலென்று இங்கு வந்து வீழ்ந்து விடுகிறேன். ஆனால் அங்கமுத்துவுடனும் என்னால் இசைந்து போகாமல் இருக்க முடியவில்லை. உடலும் உள்ளமும் சேர்ந்தால் இயக்கம் உருவாகிறது. ஆனால் ஒவ்வொரு முறையும் அது அவ்வாறு இயங்குகையில் என்னையே நான் இழந்து விடுகிறேன். கொஞ்சம் கொஞ்சமாக கடைசியில் நான் ஒரு வெறும் மரத் துண்டாக மிஞ்சிவிடுவேன். இதுகாறும் இயங்கிய உருவாகிய எல்லாமே உள்ளீடற்ற வெறும் பாவனைகளாக, கேலிச்சித்திர மாக நின்றுவிடும். அப்படி நான் ஆக முடியவில்லை. எஞ்சி வெறும் உடலாகி நிற்கும் இந்த உடலையும் தூக்கி எறியப் போதிய தைரியம் எனக்கில்லை. அதனால்தான் நான் 'தேச முன்னேற்றச் சட்டம் 286'ஐப் பயன்படுத்திக் கொள்ள விரும்புகிறேன்.

இராஜசேகரன் பேசி முடிந்ததும் அறை முழுதும் ஒரு எல்லையற்ற மௌனம் வியாபித்தது என்றுதான் சொல்ல வேண்டும். மணி 4.45. ஆபீஸில் உள்ளவர்கள் ஒவ்வொரு வராகப் போய்க் கொண்டிருந்தார்கள். ஏபிள் தாம்ப்ஸனும் "அடுத்த மாதம் 5–ம் தேதி பகல் 2 மணிக்கு வாருங்கள். அதற்கு முன் அந்த அச்சுப் பதிப்புச் சட்டம் வந்துவிடும். ஒரு பிரதிக்கு விலை ஐந்து ரூபாய். அதை நன்றாகப் படித்துவிட்டு, வாக்கு மூலத்தைக் கவனமாக எழுதியபின் உங்களுக்குச் சாதகமான முடிவு வேண்டுமென்றால் ஒரு வக்கீலையும் கலந்து பேசிய பிறகு சட்டத்தைப் பூர்த்தி செய்யுங்கள்" என்று சொல்லி விட்டுத் தன் ஸ்போர்ட்ஸ் மாடல் காரில் ஏறிச் சென்றான். ஒரு மாதம் கழித்து அவனைச் சந்தித்த போது, அவன் சொன்ன மாதிரியே அந்த அச்சுப் பதிப்புச் சட்டத்தில் ஒரு பிரதி கிடைத்தது.

III

தேச முன்னேற்றச் சட்டம் (286)
ஆண்டு 2084
அச்சுப் பதிவுச் சட்டம்
பீடிகை

இந்தத் தேச முன்னேற்றச் சட்டம் (286), ஆண்டு 2084 (இந்தச் சட்டம் இனிவரும் பகுதிகளில் தே.மு.ச.286, 2084 என்று குறிக்கப்படும்) மத்திய அரசாங்க சபையில் சர்வகட்சிகளின் ஆதரவுடன் ஏகமனதுடன் ஏற்றுக்கொள்ளப்பட்டது. தே.மு.ச.286, 2084ஐ உருவாக்குவதற்குப் பொறுப்பை ஏற்றவர்கள் பிரபல சட்ட நிபுணரான மன்றாடி வாசுதேவன், வாசுதேவ சாஸ்திரிகள், உன்னிநாயர், டாக்டர் வி.கெ. பிள்ளை முதலானோர். இவர்களுக்கு உதவியாகவும் இந்தச் சட்டத்தின் நுணுக்கங்களுக்கும் ஒரு முக்கியப் பங்கை வகித்தவர் மிஸ்டர் ஏபிள் தாம்ப்ஸன், மத்திய அரசாங்கத் தலைமைச் செயலகத்தின் சட்ட வகுப்பில் ஒரு ஸெக்ஷன் ஆபீஸர்.

அடிப்படை நோக்கங்கள்

1) நமது கலாசார அடிப்படையில் உடல் உள்ளவனை மனிதன் என்பது முழு உண்மையில்லை. நாட்டின் முன் னேற்றத்தைக் கருதியே இச்சட்டம் உருவாக்கப்பட்டது. முதியோர்களைக் கொல்ல வேண்டும் என்ற ஆலோசனை இங்கில்லை. நோக்கமும் அதில்லை.

2) இந்தச் சட்டத்தினால் நாட்டின் பொருளாதார நிலை மாத்திரமில்லை, மக்களின் மன இயல்புகளும் ஒரு ஆரோக்கியமான வளர்ச்சியை அடையும்.

3) முக்கியமாக இந்தச் சட்டம் அமுலுக்கு வந்தால் பொது வாக மக்களுக்கு மனோதைரியமும் தன்னம்பிக்கையும் வளர்ச்சியுறும் என்றும் எதிர்பார்க்கப்படுகிறது. ஒரு வகையில் இச்சட்டத்தை யேசுவின் குரிசிலேறும் தத்துவம்,

காந்தி அடிகளின் ஒத்துழையாமைத் தத்துவம், கண்ணனின் மறைந்து கொல்லும் தத்துவம் இவைகளின் சற்றே திருத்திய பதிப்பு என்று கூறலாம். எல்லா மத ஸ்தாபனங்களும் இந்தச் சட்டத்திற்கு மனப்பூர்வமாகத் தங்கள் முழு இசைவையும் கொடுத்திருக்கின்றன என்பதையும் இங்கு தெரிவிக்க வேண்டும்.

நிபந்தனைகள்

1) இந்தச் சட்டத்தைப் பயன்படுத்திக்கொள்வதற்கு உரியவர்கள் 65 வயது வந்தவரும் அதைத் தாண்டியவருமே. ஆண்களே இந்தச் சட்டத்திற்குள் வருகிறார்கள். அவர்கள் இசைவு தந்தால் அவர்கள் மிகவும் இன்பகரமான முறையில் கொல்லப்படுவார்கள். கொல்வதற்கு முன் உரிய மருந்தை ஊசிவைத்து அவர்களை போதங்கொடுத்து அதே முறையில் அவர்கள் பிரக்ஞை வருவதற்கு முன் கொல்லப்படுவார்கள். சாவு அவர்களுக்கு ஒரு சந்தோஷகரமான அனுபவமாகவே இருக்கும்.

2) இந்தச் சட்டத்தைப் பயன்படுத்த விரும்புவர்கள் இதனுடன் இணைக்கப்பட்டிருக்கும் வினா வரிசையைப் பூர்த்தி செய்து அனுப்பவேண்டும். பூர்த்தி செய்த வரிசையை ஒரு குழு – இந்தக் குழுவில் ஒருவர் மன நோயாளிகளைச் சிகிச்சை செய்பவராக இருப்பார் – ஒரு சட்ட நிபுணர், ஒரு அரசியல் நிபுணர் அங்கத்தினராக இருப்பார்கள். கமிட்டிக்கு வினா வரிசையில் கொடுக்கப் பட்டிருக்கும் விடைகள் திருப்திகரமாக இல்லாவிட்டால் அபேட்சகரின் மனு நிராகரிக்கப்படும்.

3) இந்தக் குறிப்பிட்ட வினாவரிசையைப் பூர்த்தி செய்து விட்டு அபேட்சகர் அவருடைய சுயசரிதையை – அவர் ஏன் இந்தச் சட்டத்தைப் பயன்படுத்திக் கொள்ள விரும்புகிறார் என்ற அடிப்படையில் – ஒரு நூறு பக்கத் திற்குள் 17"+13" அளவுள்ள பேப்பரில் எழுதி இணைக்க வேண்டும். இந்த இரண்டையும் பகுதி 2இல் குறிப்பிட்ட குழு பரிசீலனை செய்யும். பூர்த்தி செய்த வினா வரிசை விடையும், இந்த சுயசரித இணைப்பும் இரண்டும் ஒரு சேரக் குழுவின் அங்கீகாரம் பெறாவிட்டால் அபேட்சகரின் மனு நிராகரிக்கப்படும்.

4) முன்னரே குறிப்பிட்டபடி இந்தச் சட்டத்தின் முக்கிய நோக்கம் முதியோரைக் கொல்வதன்று. அதனால் அரசாங்கத்திற்கு இந்தச் சட்டத்திற்கு எதிர்பார்க்கும்

அளவுக்கு ஆதரவு கிடைக்குமா என்பது பற்றிச் சந்தேகம் இருப்பதால் குறைந்த பட்ச அளவிலேயே இந்த அச்சுப் பதிப்புச் சட்டம் அச்சிடப்படுகிறது. மேலும் இந்தச் சட்டத்திற்கு எதிர்பார்த்த அளவு போதிய ஆதரவு கிடைக்காவிட்டால் இந்தச் சட்டம் அமுலுக்கு வராது.

5) இந்தச் சட்டத்தைப் பயன்படுத்திக் கொள்ள விரும்புவர்கள், தங்கள் பூர்த்தி செய்யப்பட்ட வினாவரிசை, சுயசரிதை (இந்தச் சுயசரிதை வாக்குமூலம் என்று விவகரிக்கப்படுகிறது) இரண்டுடன் ரூ.5000/ (ரூபாய் ஐயாயிரம்) கொடுக்க வேண்டும். இந்தத் தொகையை அரசாங்கக் கஜானாவில் அடைத்து அதன் ரசீதையும் விண்ணப்பத்துடன் இணைக்க வேண்டும். இந்தத் தொகையை செக் மூலமாகவோ தபால் வழியாகவோ அனுப்பக் கூடாது. அபேட்சகரின் விண்ணப்பம் நிராகரிக்கப்பட்டாலும் இந்தச் சட்டம் மேற்கூறிய காரணத்தால் அமுலுக்கு வராவிட்டாலும் இந்தத் தொகை திருப்பி அளிக்கப்பட மாட்டாது.

6) தீராத வியாதிகளால் அவஸ்தையுறுபவர்கள், மன நோயாளிகள், தேசத்திற்கும் சமூகத்திற்கும் விவாதத்துறைகளில் தொண்டு செய்து புகழ் பெற்றவர்கள் – இவர்கள் அனைவரும் இந்தச் சட்டத்தைப் பயன்படுத்திக் கொள்ள முடியாது.

7) அனாதைகள், போலீஸ், சைன்யம் போன்ற ஸ்தாபனங்களிலிருந்து ஓய்வு பெற்றவர்கள், அரசியல்வாதிகள்– இவர்களும் இந்தச் சட்டத்தைப் பயன்படுத்திக் கொள்ள முடியாது.

8) இந்தச் சட்டத்தை அரசாங்கமோ, ஸ்தாபனங்களோ, தனி மனிதர்களோ துஷ்பிரயோகம் செய்யக்கூடாது என்ற அடிப்படையில் இந்தச் சட்டப் பிரகாரம் இயங்கும் குழுவின் முடிவு சாதகமாயிருந்தால் அதை அந்த அபேட்சகரின் நெருங்கிய உறவினர்கள் அதற்கு எதிராக மத்திய அரசாங்க உயர்நீதிமன்றத்தில் வாதிடலாம். ஜட்ஜின் தீர்ப்பு முடிவானது.

9) இந்தச் சட்டத்தின் அனுகூலத்தைப் பெற்றவர்கள் தேசத்திற்கு மகத்தான தொண்டு செய்ததாகக் கருதப்படுவார்கள். இந்த அடிப்படையில் அரசாங்கம் வெளியிடும் தியாகிகள் பட்டியலில் அவர்கள் பெயர்கள் இடம்பெறும்.

10) இந்தத் தே.மு.ச.(286)2084ஐப் பயன்படுத்த விரும்பு

பவர்கள் இச்சட்டம் முழுவதையும் கவனமாகப் படித்த பின்னர் யோசித்துத் தங்கள் முடிவை எடுத்துக் கொள்ள வேண்டும்.

வினா வரிசை:

1) அபேட்சகரின் பெயர்:
   (பெயருக்கு முன்வரும் பெயரின் முதல் எழுத்துக்களை விரிவுபடுத்தி எழுதவும்)
2) பிறந்த தேதி:
3) ஊர்: (மாகாணம், பிரதேசம்)
4) கல்வி முதலிய தகுதிகள்:
5) தொழில்:
6) தொழிலிருந்து சாதாரண முறையில் ஓய்வு பெற்றீர்களா, அல்லது வேலையிலிருந்து நீக்கப்பட்டீர்களா?
7) உங்கள் பெயரில் இன்ஷூரன்ஸ் எடுக்கப்பட்டிருக்கிறதா? அதன் வாரிசுகள் யார்?
8) உங்கள் உயிலை எழுதி விட்டீர்களா?
9) உங்களுக்கு இதுகாறும் வந்த நோய்கள்:
10) சமீப காலத்தில் உங்களுக்கு மரணத்தை ஏற்படுத்தக்கூடிய விபத்து வந்ததா? நீங்கள் அதிலிருந்து எப்படித் தப்பி னீர்கள்?
11) நீங்கள் கடன் பட்டிருக்கிறீர்களா?
12) உங்களுக்கு எப்பொழுதாவது தற்கொலை செய்து கொள்ள வேண்டும் என்று தோன்றியதுண்டா? முதல் முதலில் அந்த ஆசை தோன்றிய பிறகு மீண்டும் உங்களுக்கு அந்த ஆசை வந்ததுண்டா?
13) உங்களுக்கு எப்பொழுதாவது பைத்தியம் பிடித்துவிடும் போல் தோன்றியிருக்கிறதா? இந்த மனநிலை அடிக்கடி வருவதுண்டா? இதைத் தடுக்க நீங்கள் முயற்சி எடுத்துக் கொண்டதுண்டா?
14) உங்கள் மனைவி உயிருடன் இருக்கிறாரா? உங்கள் மறைவுக்குப் பிறகு அவர் வாழ்க்கை சௌகரியமாக இருக்க ஏற்பாடு செய்திருக்கிறீர்களா?
15) உங்கள் குடும்பத்தைப் பற்றிய விவரங்கள்:
   மனைவி: எவ்வளவு பேர். அவர் / அவர்களுக்கு வேலை உண்டா?

ஆண் பிள்ளைகள்: எவ்வளவு பேர்? வேலையில் இருக்கிறார்களா? மணம் செய்து கொண்டார்களா? மணமானவர்கள் என்றால், வேலை கிடைத்ததற்குப் பின்னரா அல்லது முன்னரா?

பெண்கள்: இவர்கள் விஷயத்திலும் மேற்படி விவரங்கள்.

16) நீங்கள் லாகிரி வஸ்துக்கள் உபயோகிப்பதுண்டா? விவரங்கள் கொடுக்கவும்.

17) எவ்வளவு காலமாக நீங்கள் இந்த லாகிரிப்பொருள்களை உபயோகித்துக் கொண்டிருக்கிறீர்கள்?

18) நீங்கள் குடிப்பதுண்டா? குடிப்பது பிராந்தி, விஸ்கி போன்ற வகை பொருள்கள் என்றால் நீங்கள் உபயோகிக்கும் பிராந்தி, விஸ்கிகள் பற்றிய விவரங்கள்.

19) நீங்கள் ஏன் குடிக்கிறீர்கள்?

20) இந்தப் பழக்கத்தின் மூலம் ஏற்பட்ட அனுபவங்கள். (உங்கள் பதில் சற்று விரிவாக இருக்கவேண்டும்.)

21) உங்கள் வாழ்க்கையில் உங்கள் மனைவியைத் தவிர வேறு ஒரு பெண்களுடன் (கல்யாணமானவர்கள்/ஆகாதவர்கள்) பால் உறவு இருந்ததுண்டா?

22) நீங்கள் உங்களுடனேயே பேசிக்கொள்வதுண்டா?

23) இந்த வழக்கம் உண்டு என்றால், எப்பொழுது ஆரம்பித்தது, எவ்வளவு காலம் நீடித்திருந்தது, இப்பொழுதும் உண்டா?

24) நீங்கள் முன்கோபியா அல்லது எதையும் சகித்துக் கொள்ளும் இயல்புடையவரா?

25) உங்கள் வாழ்க்கையில் எவ்வளவு ஆட்கள் உங்களைச் சாமர்த்தியமாக ஏமாற்றியிருக்கிறார்கள்? தகவல்கள் கொடுக்கவும்.

26) நீங்கள் அவர்கள் மீது சட்டபூர்வமாக ஏதாவது நடவடிக்கை எடுத்ததுண்டா?

27) இல்லை என்றால் ஏன்?

28) நீங்கள் கொலை செய்திருக்கிறீர்கள் என்று சட்டபூர்வமாக நடவடிக்கை எடுக்கப்பெற்று விசாரணையின் மூலம் நீங்கள் நிரபராதி என்று முடிவு செய்யப்பட்டதா?

29) நீங்கள் வியாபாரத்தில் இருப்பவர் என்றால் வியாபார சம்பந்தமாக உங்கள் மீது சட்டப்பூர்வமான நடவடிக்கை எடுக்கப்பட்டதா? முடிவு பற்றித் தகவல்கள்.

30) நீங்கள் ஊழல் பற்றி – அரசியலில், வியாபார உலகில்,

தொழில் துறையில், சமூகத்தில், சொந்த வாழ்வில் – என்ன நினைக்கிறார்கள்?

31) ஊழலை அறவே ஒழிக்க முடியும் என்று நினைக்கிறீர்களா?

32) உங்களுக்கு ஜோதிடத்தில் நம்பிக்கையுண்டா? ஜாதகப்படி நீங்கள் எப்பொழுது மரணமடைவீர்கள் என்பதை நீங்கள் கண்டுபிடித்து வைத்திருக்கிறீர்களா? தகவல்கள் தரவும்.

33) உங்கள் உடல்நிலையைப் பற்றி நீங்கள் அடிக்கடி கவலைப்படுவதுண்டா? இது ஒரு நீடித்த பழக்கமா?

34) உங்கள் குடும்பத்தினருடன் உங்கள் உறவுநிலை என்ன? திருப்திகரமாக உள்ளதா இல்லையா?

35) உங்கள் பிள்ளை மருமகன்மார் இவர்களில் சிலர் உங்களைவிடப் பதவியில் பொருளாதார வகையில் உயர்ந்த நிலையில் இருக்கிறார்கள் என்பதால் அவர்களைக் காணும்போது தாழ்வுநிலை மனப்பான்மை அடைகிறீர்களா?

36) நீங்கள் நாய் வளர்க்கிறீர்களா? அது எந்த வகையைச் சார்ந்தது? தகவல்கள் கொடுக்கவும்.

37) நீங்கள் எப்பொழுதாவது ஒரு சிநேகபாவமான உறவு வைத்துக்கொள்ள முயற்சி செய்து அதில் வெற்றி பெற்றிருக்கிறீர்களா?

38) நீங்கள் கணவனும் மனைவியும் தனியாக வசிக்கிறீர்களா அல்லது உங்கள் மகன் அல்லது மகளுடனா?

39) உங்கள் தொழில், கல்லூரி ஆசிரியர் என்றால் ஓய்வு பெற்ற பிறகு மாணவர்களுக்குப் படிப்பிப்பதின் மூலம் நீங்கள் வேலையில் இருந்த காலத்தில் விட கூடுதல் சம்பாதிக்கிறீர்களா?

40) வேலையில் இருந்த காலத்திலும் இது – இவ்வாறு கல்லூரிக்கு வெளியே மாணவர்களுக்குப் படிப்பிக்கக் கூடாது சட்ட முறைப்படி என்றாலும் – எல்லாரும் கூறுகிறார்கள் என்பதால் நீங்களும் இதைச் செய்ததுண்டா?

41) பொருளாதார நிலை சரியாக இருந்துமா அல்லது இல்லாததினாலா இந்தச் சட்டத்தைப் பயன்படுத்த விரும்புகிறீர்கள்?

42) வாழ்க்கையில் உங்களுக்கு மிகச் கசப்பான அனுபவம் எது? தகவல்கள் கொடுக்கவும்.

43) உங்களுக்கு உங்கள் தொழில், பணம் சம்பாதிப்பது இவைகளைத் தாண்டி ஏதாவது லட்சியம் உண்டா?

44) உங்களுக்கு வாழ்க்கையில் முதல் வரிசையில் நிற்க வேண்டும் என்ற பேராவல் உண்டா? அது இருந்தும் அதைச் சாதிக்க முடியாததால் கசப்பு ஏற்பட்டுள்ளதா?

45) நீங்கள் எல்லாரையும் நம்பி எளிதில் ஏமாந்திருக்கிறீர்களா?

46) நீங்கள் எல்லோரையும் சந்தேகக் கண்கள் கொண்டே பார்க்கிறீர்களா?

47) உலகில் நல்லவர்களே இல்லை என்ற முடிவுக்கு வந்து விட்டீர்களா?

48) குழந்தைப் பருவம் முதல் நீங்கள் எல்லாருக்கும் கீழ்ப் படியும் சுபாவம் உடையவராக இருந்திருக்கிறீர்கள் – அதனால்தான் நீங்கள் இந்தச் சட்டத்தைப் பயன் படுத்திக்கொள்ள விரும்புகிறீர்களா?

49) நீங்கள் ஒரு அப்பாவியா? யாராவது ஒருவர் உங்களிடம் குரலை உயர்த்திப் பேசினால் நீங்கள் பயந்து விடுகிறீர்களா?

50) நீங்கள் நண்பர்கள் என்று நம்பினவர்களில் எவ்வளவு பேர் உங்களை ஏமாற்றியிருக்கிறார்கள்?

51) நீங்கள், ஒருவர் உங்களுடன் பேசினால் அவர் பேச்சைக் கேட்டுக் கொண்டிருக்கும் அளவு நிறுத்திக் கொள்கிறீர் களா அல்லது உங்கள் அபிப்ராயங்களையும் எடுத்து சொல்லியிருக்கிறீர்களா?

52) உங்களுக்குக் கெட்டவர்களைக் கண்டால் பயமும் நல்லவர்களைக் கண்டால் கோபமும் வருகிறதா?

53) நீங்கள் எந்த வேலையைச் செய்தாலும் அதை முழு மனதுடன் செய்திருக்கிறீர்களா அல்லது 'ஏனோ தானோ' என்று செய்திருக்கிறீர்களா?

54) நயவஞ்சகமாக உங்களை ஏமாற்றுபவர்களை அப்பட்ட மான அயோக்கியர்களை விட நல்லவர்கள் என்று நினைக்கிறீர்களா?

55) உள்ளம் வேறு உடல் வேறு என்று நினைக்கிறீர்களா?

56) உங்கள் சொந்தத் தாய்மொழியில் எழுதுவதைவிட அயல்நாட்டு மொழியில் எழுதுவது மேல் என்று நினைக்கிறீர்களா? அப்படி நினைத்தால், ஏன்?

57) உள்ளம் – உடல் இவை இரண்டையும் தவிர வேறொன்று

உங்களிடம் இருக்கிறது என்று நீங்கள் நினைக்கிறீர்களா? இல்லையா?

58) உங்கள் தாய் மொழி இலக்கியத்தைவிட மேல் நாட்டு இலக்கியத்தில்தான் சாதனை இருக்கிறது என்று நினைக்கிறீர்களா?

59) அபத்த நாடகங்கள் – குறிப்பாக ஸாமுவேல் பெக்கட் நாடகங்கள் – பற்றி நீங்கள் என்ன நினைக்கிறீர்கள்?

60) இவ்வகை நாடகங்கள் உங்களுக்குள் என்ன விளைவை ஏற்படுத்தியிருக்கிறது? அவைகளைப் படிப்பதால் நீங்கள் ஒரு கோழையாகி விட்டீர்களா?

61) நீங்கள் எதைப்பற்றியும் சொந்தமாகச் சிந்திக்கும் பழக்கத்தைக் கொண்டிருக்கிறீர்களா?

62) முறையான கல்வி எவ்வளவு தூரம் இந்தப் பயிற்சிக்கு இடையூறாக இருக்கிறது?

63) நீங்கள் ஒல்லியா பருமனா?

64) உங்கள் நிறை.

65) நீங்கள் ஒரு ஹிந்துவென்றால் உங்கள் பெற்றோர், உற்றவர், உறவினர் இறந்த தினங்களிலாவது அவர்க்குரிய மத சம்பந்தமான சடங்குகளைச் செய்கிறீர்கள் என்றால் அத்தினங்களிலாவது அவர்கள் உங்கள் பிரக்ஞையில் வருவதுண்டா?

66) நீங்கள் ஒரு எழுத்தாளர் என்றால் கீழ்க்கண்ட தகவல்களைத் தரவும்.

i) நீங்கள் எழுதிய நூல்களின் (கதை, கவிதை, நாவல், நாடகம்) இன்னபிற மொத்த எண்ணிக்கை:

ii) அவை எவ்வளவு பதிப்புகள் அச்சிடப்பட்டிருக்கின்றன.

iii) உங்கள் ராயல்டி:

iv) நீங்கள் பெற்ற பரிசுகள் – ஸ்தாபனங்கள், அரசியல், தனியார்:

67) ஜனரஞ்சக எழுத்தாளர் இல்லை என்ற நிலையில் நீங்கள் எவ்வளவு புஸ்தகங்களை உங்கள் செலவில் வெளிப்படையாகவோ மறைமுகமாகவோ வெளியிட்டிருக்கிறீர்கள்?

68) இந்த முயற்சிகளால் உங்களுக்குச் செலவழித்த முதல் கூடக் கிடைக்கவில்லையென்றால் நீங்கள் ஏன் இதைச் செய்கிறீர்கள்?

69) இதை நீங்கள் தொடர்ந்து செய்ய உத்தேசமுண்டா?

70) ஒரு தினத்தில் நீங்கள் பகல் அல்லது இரவுதான் முக்கிய மென்று நினைக்கிறீர்கள் – இரவுதான் என்றால் ஏன்?

71) மௌனம் மூன்று வகையானது. மனோ, வாக்கு, காயம் என்கிறார்கள். இதைப் பற்றி நீங்கள் ஆழ்ந்து, முக்கிய மாக இந்த வரிசை பற்றி சிந்தித்தது உண்டா?

72) இந்த மௌனம் என்பதற்கு என்ன பொருள்?

73) நமது புராண இதிகாசங்களை நீங்கள் வெறும் கட்டுக் கதைகள் என்று ஒதுக்கிவிடுகிறீர்களா?

74) நவீன ஓவியம், நவீன இலக்கியத்தைவிட ஆழ்ந்த அனுபவத்தைத் தருகிறது என்று நினைக்கிறீர்களா?

75) வாழ்க்கையை நீங்கள் எவ்வளவு வகையில் எவ்வளவு விதமாக அனுபவிக்கிறீர்கள்?

76) சிவப்பு, கறுப்பு, ஊதா, நீலம், பச்சை, பழுப்பு, மஞ்சள், செங்கல் வர்ணம், சாம்பல் வர்ணம் இவற்றில் உங்களுக்குப் பிடித்த நிறம் எது?

77) உங்களுக்குத் தெரிந்த எந்த ஒருவரையும் ஒருவித உத்தேசமுமின்றி அவர் வீடு தேடிச் சென்று எப்பொழுதாவது அவரை நீங்கள் பார்ப்பதுண்டா?

78) "சும்மா இருத்தல் சுகம்" என்றான் ஒரு தத்துவஞானி – எப்பொழுது அல்லது எப்பொழுதுமேயா?

79) ஒரு பொருளை விட அதன் பயன்தான் முக்கியமென்று நினைக்கிறீர்களா?

80) உங்கள் உள் உலகைப் புற உலகுடன் உங்களால் சரிவர இணைக்க முடிகிறதா? இதில் ஓரளவுக்கேனும் உங்களுக்கு வெற்றி கிடைத்ததுண்டா?

81) எது உசிதம் என்று நீங்கள் நினைக்கிறீர்கள் – உங்களை நீங்கள் கட்டாயப்படுத்திக் கொள்வதா அல்லது பிறர் உங்களைப் படுத்துவதா?

82) தெய்வ பக்தியில் அல்லது நம்பிக்கையில் மனிதன் தன் சுய பலத்தை இழந்துவிடுகின்றான் என்று நீங்கள் நினைக்கிறீர்களா?

83) கேள்வி முக்கியமா? விடை முக்கியமா?

84) நினைவுக்கும் மறதிக்கும் தொடர்பென்ன?

85) எப்படியும் நீங்கள் சாகத்தான் போகிறீர்கள். அதை ஏன் நீங்கள் விரைவுபடுத்த விரும்புகிறீர்கள்?

86) எதையும் நீங்கள் சாதாரணமாகவா அல்லது அசாதாரண மாகவா பார்க்கிறீர்கள்?

87) மனித உறவு பற்றி என்ன நினைக்கிறீர்கள் – அதற்கு உபாதிகள் யாவை? பேச்சு, செயல், நினைவுகள்?

88) எந்தக் காரியத்திற்கும் நீங்கள் பிறருடைய உதவியை விரும்புகிறீர்களா?

89) உங்களையே – உங்கள் குறைகளையும், நிறைகளையும் – விரிவாகவும், ஆழமாகவும், நுணுக்கமாகவும் அறிந்து கொள்ளும் முயற்சியை நீங்கள் செய்ததுண்டா? செய்திருக்கிறீர்கள் என்றால் இது எத்தனை காலமாக நடந்து கொண்டிருக்கிறது?

90) அத்வைத அடிப்படையில், யார் நீ, நீ யார் என்பதற்கும் என்ன வித்தியாசம்?

91) யேசு தன் சீடர்களிடம் சொன்னதாகச் சொல்லப்படுகிறது – என் பின் வருபவர்கள் உலகைப் பின் விட்டு வர வேண்டும். அப்படி என்றால்?

92) எங்குமிருக்கும்

நீ

எங்குமில்லாத என்னை

நீ

ஏன் இன்னும்

தேடிக் கொண்டிருக்கிறாய்?

இந்தப் பாடலின் பொருள் என்ன?

93) உங்களுக்கு வேடிக்கை பார்க்க முடியுமா? இதை இப்படியும் கேட்கலாம் – எதையும் நீங்கள் வேடிக்கையாகப் பார்க்கப் பழக்கிக்கொண்டிருக்கிறீர்களா?

94) கீதையில் வரும் மையப் படிமமான ரதத்தில்

ரதம்

குதிரைகள்

லகான்

விஜயன்

சாரதி

இவை எவற்றைக் குறிக்கின்றன?

95) விஞ்ஞானத்தின் ராட்சஸ வளர்ச்சியில் உலகமே ஒரு எலிப்பொறியாகிவிட்டது என்றும் அதனுள் மனிதன் சீக்கிரம் விழுந்துவிடுவான் என்றும் சொல்லப்படுகிறது.

இதைப் பற்றி நீங்கள் என்ன சொல்கிறீர்கள்?

96) உங்களுக்கென்று ஒரு உலகம் இருக்கிறதா? அது எது?
97) ஆமை போல் உள்ளவர்களுக்குத்தான் தீண்டுதல் பலனளிக்கும் என்கிறார்கள், விளக்கவும்.
98) உங்களுக்கு சந்தோஷமாகவே இருக்கத் தெரியாதா?
99) வார்த்தைகள் உங்களை வசீகரித்தது இல்லையா?
100) நவீன ஓவியக்கலை உங்களிடம் ரகசியம் பேசியதில்லையா?
101) சிந்தனைச் சிற்பங்கள் உங்களைச் சிரிக்கச் செய்ததில்லையா?
102) அவன் தன்னை ஒரு அம்பாகக் கருதிக்கொண்டான். அப்படியானால் நீ என்ன?
103) எழுதுவது (கலாபூர்வமாக) என்பதே எல்லாவற்றையுமே உட்படுத்திக்கொள்வது என்கிறார்கள். சரிதானா?
104) சிந்தனைக்கும் உணர்ச்சிகளுக்கும் உள்ள தொடர்பு என்ன?
105) ஒரு எழுத்தாளன் எழுதியிருக்கிறான்: அதிகமாகப் படித்த அப்பாவிடமிருந்து என்பதை விட அவ்வளவு படிக்காத அம்மாவிடமிருந்துதான் நான் அதிகம் கற்றுக்கொண்டேன். இதன் பொருள் என்ன?
106) பொருள் கூட அழிவில்லாதது என்பதை நீங்கள் அறிவீர்களா?
107) உடலுக்கும் பிரக்ஞைக்கும் என்ன உறவு?
108) காற்றை யார் சரியாகப் புரிந்துகொண்டார்கள்? இப்படி ஒரு கவிதை வரி – இதைப் பற்றி நீங்கள் என்ன நினைக்கிறீர்கள்?
109) 'மெய்ப்பொருள்' என்பதற்குப் பரிமேலழகர் எழுதியிருக்கும் உரை உங்கள் ஞாபகத்தில் இருக்கிறதா?
110) உங்களுக்குத் தெய்வநம்பிக்கை உண்டா?

விளக்கம்
(இதன் ஆசிரியர் ஏபிள் தாம்ப்ஸன்)

சொன்னதையேதான் திரும்பிச் சொல்லவேண்டியிருக்கிறது. தேசத்தின் முன்னேற்றத்தைக் கருதி முதியோரைக் கொல்வது என்பது இச்சட்டத்தின் அடிப்படையான

நோக்கமில்லை. தேசமுன்னேற்றம், முதியோரைக் கொல்வது என்ற இவ்விரண்டில் முன்னதே பிரதானம். இது எப்படி என்பது ஒரு சிலருக்குத் தோன்றக்கூடும். இங்கு கூட அபேட்சகரின் இசைவு பெற்றே, பெற்ற பின்னரும் அவரது வினா வரிசையும் சுயசரித்திரமும் (வாக்குமூலம்) இவ்விரண்டும் குறிப்பிடப்பட்ட குழுவின் அங்கீகாரம் பெற்றாலே அபேட்சகர் இந்தச் சட்டத்தைப் பயன்படுத்திக் கொள்ள முடியும். மாத்திரமன்று, இந்தச் சட்டத்தின் 'அச்சுப் பதிவுச் சட்டம்' எல்லாருமே படிக்க வேண்டும் என்பதற்காகவே குறைந்த விலையில் வினியோகிக்கப் படுகிறது. உண்மையாகச் சொல்வதென்றால் ஒரு ஜனநாயக அரசாங்கத்தின் பலமும் பலவீனமும் சராசரிப் பிரஜையின் தன்மையைப் பொறுத்தது. அவனுக்குச் சுயமாகச் சிந்திக்கும் ஆற்றல் உண்டு என்பதுதான் இந்த அரசாங்கத்தின் அடிப்படை நம்பிக்கை. இதற்குக் காரணங்கள் இல்லாமலுமில்லை.

நாலு எழுத்துத் தெரிந்தவன் இதைக் கவனிக்கத் தவறியிருக்கமாட்டான். இப்பொழுது பிரசுரமாகும் பல இலக்கிய வகைகளில் இருந்து ஒன்று தெளிவாகிறது. எந்த ஒரு சமூக இயக்கமும் தனிமனிதனின் உள்ளடங்கிய ஆற்றல்களை உசுப்பி விடுகிறது என்பதற்குச் சந்தேகமில்லை. இதற்கு ஒரு உதாரணத்தைச் சுட்டிக் காட்டலாம் என்று நினைக்கிறேன்.

ஆங்கிலேய ஆட்சிக்காலத்தே தேசிய விழிப்பு ஏற்பட்ட உடனேயே அந்தக் கவி எழுதவில்லையா: 'பார்ப்பானை ஐயரென்ற காலமும் போச்சே'. எனவே ஒரு சமூக எழுச்சியால் ஒரு தனிமனிதன் விழிப்படைகிறான். ஆனால் இங்கு கூட ஒன்று எங்களுக்குத் தோன்றுகிறது – ஒரு தனிமனிதன் மூலம்தான் சமூக இயக்கங்கள் உருவாகின்றன. ஒரு காந்தி, ஒரு திலகர், ஒரு அரவிந்தர் என்று இவ்வாறு அடுக்கிக்கொண்டே போகலாம். மாத்திரமன்று, ஒரு மனிதன் ஒரு புது சமூகம் வேரூன்றி, பச்சை பிடித்து உருவாகி வளர்கையிலேயே அதன் க்ஷீணதசை ஆரம்பிக்கிறது. மீண்டும் இந்த சிருஷ்டிசம்ஹாரம் – சிருஷ்டியும் தொடர்கிறது. இதைத்தான் துடைத்தலும் அழித்தலும் ஆக்கலும் ஒரு அலகிலா விளையாட்டாக இருந்து வருகிறது என்று அந்தக் கவிஞன் கூறியிருக்க வேண்டும். இதையும் நாங்கள் ஜனங்களின் கவனத்திற்குக் கொண்டு வர விரும்புகின்றோம். உயர்கல்வி ஸ்தாபனங்களில் நடந்து வருவதைக் கவனித்து வருபவர் களுக்குத் தெரிய வந்திருக்க வேண்டும். உழப்படாத, விதைக்கப் படாத பூமியில் முதல் முதலாக உழவு தொடங்குகையில் விளைவு அமோகமாக இருக்கும். இதைப்போலவே, அப்படித் தாழ்த்தப்

படாத – ஆனால் நேற்று வரையில் வாய்ப்புகள் அளிக்கப்படாத – சமூகத்தில் இருந்து வரும் மாணவர்கள் உயர்நிலைக் கல்வி ஸ்தாபனங்களில் நல்ல முறையில் தேர்ச்சி பெறுவது மாத்திர மில்லாமல் அவர்களில் சிலர் முன்வரிசையில் நிற்கிறார்கள் என்பதும் தெரிந்த விஷயம்தான். இனியும் ஒரு விஷயத்தை நாங்கள் பொது ஜனங்களின் கவனத்திற்குக் கொண்டு வர விரும்புகின்றோம்.

பிறகு இந்தத் தற்கொலை விஷயம். விஞ்ஞான அடிப்படை யில் பாரம்பரியம் முக்கியமா, சூழ்நிலை முக்கியமா என்ற கேள்விக்கு இரண்டுமே என்ற முடிவுக்குத்தான் வர முடியும் என்று கூறுகிறார்கள்.

இங்குகூட பாஷைக்கும் அனுபவத்திற்கும், சிந்தனைக்கும் பாஷைக்கும் உள்ள தொடர்பை ஜனங்களுடைய கவனத்திற்குக் கொண்டு வர விரும்புகிறோம். அனுபவம், சிந்தனை இவை எல்லாமே மனரூபங்கள். இவைகளைப் பாஷைப்படுத்தும்போது மனம் மனதுடன் இணைகையில்தான் விளைவுகள் சாத்ய மாகின்றன. 'தற்கொலை' என்பதற்கு மன அளவில் ரூப–ப்–பிரதி ரூபங்கள் உண்டு. மத தத்துவ அடிப்படையில் இதற்குத் தியாகம், அர்ப்பண மனோபாவம் என்பவைப் பரியாய பதங்கள். அரசியலில் ஒரு பகுதியாகப் பிரிக்கப்பட்ட இது தற்கொலை–ப்–படை. முக்கால்வாசிப் பேர்களைப் பற்றியவரை முழுவது மாகவே இருந்து வருகிறது. சட்ட நிர்ணயத்தின்படி இதை வெற்றி கரமாகச் செயல்ரூபத்தில் செய்தால் தண்டனை கிடையாது. (இப்பொழுதெல்லாம் இங்கிலாந்தில் தற்கொலை செய்யும் முயற்சி சட்டப்பிரகாரம் குற்றம் இல்லை என்று கருதப்படுகிறது என்பதையும் கவனிக்க வேண்டும்) ஒரு வகையில் இது மரண பயத்திற்கு வெற்றிகரமான சவால் என்றே சொல்ல வேண்டும். ஏபிள் தாம்ப்ஸன் எப்பொழுது ஏபிள் தாம்ப்ஸன் இல்லாமல் போகிறான்? அவன் பூத உடல் புகழ் உடலாக மாறாத வரையில் அவனும் தற்கொலை செய்துகொண்டவன். அவனவன் முறையில் அவனவன் தான் வகுத்துக்கொண்ட வாழ்வில் முழு வாழ்வு வாழாதவன் – அவனும் தற்கொலை செய்து கொண்டவன்தான்.

மீண்டும் மீண்டும் வாசகர்களின் கவனத்திற்குக் கொண்டு வர விரும்புகிறோம்; இந்தச் சட்டத்தின் அடிப்படை தேச முன் னேற்றம் முதியவர்களின் கொலை அன்று. எந்த மதமும் தற்கொலையை அனுமதிப்பதில்லை. ஆனால் அவைகள் அனைத்தும் இந்தச் சட்டத்தை வரவேற்கின்றன. ஏன்? மேற்சொன்ன அடிப்படையில்தான். மேலும் நிபந்தனைகளைப்

படித்தவர்கள் கேட்கலாம், சிலர், மக்கட் தொகுதியில் ஒரு பிரிவு இந்தச் சட்டத்திற்குள் வரவில்லை. இந்த நிபந்தனைகளை நீங்கள் ஒரு முறைக்கு இரு முறை வாசித்தீர்களானால் உங்களுக்கு விஷயம் விளங்கும். சராசரிப் பிரஜையின் ஆரோக்ய மான வளர்ச்சிக்கு அடிப்படையான தேவை தன்னம்பிக்கையும் திடசித்தமும், இதைப் போலவே சகிப்புத் தன்மைக்கு ஒரு எல்லையே கிடையாது. ஒரு விதத்தில் இதுவும் ஒரு துணி வைத்தான் காண்பிக்கிறது. இன்னும் ஒன்று, இந்தச் சட்டத்தை முழுச்சிரத்தையுடன் படித்தவர்கள் கவனித்திருப்பார்கள். இந்தச் சட்டத்தை ஏழைகளைவிடச் செல்வந்தர்கள்தான் பயன்படுத்திக் கொள்ள முடியும் என்பதை. இதன் பின்னும் ஒரு ஆழ்ந்த உண்மை இருக்கிறது. பொருள் வசதியில்லாவிட்டால் வாழ்க்கை வியர்த்தமாகிவிடுகிறது என்பது வெறும் ஒரு கேவல சத்யம். ஆனால் முற்றிலும் பொருள் மயமான வாழ்விற்கு அர்த்தமே இல்லாமல் ஆகிவிடுகிறது. உலகம் முழுவதுமே இந்த உண்மை இப்பொழுது உணரப்பட்டு வருகிறது. மத பரமான பாஷையில் சொல்வதென்றால் போகத்திற்கு ஒரு எல்லை உண்டு; யோகத் திற்குக் கிடையாது. அந்தக் கிரேக்க ஞானி சொன்னதையும் நாம் உணர வேண்டும். பரிசீலனை செய்யப்படாத வாழ்க்கை பயனற்றதாகிவிடும். இந்த 65ஆவது வயதில் நீங்கள் உங்கள் வாழ்க்கை முழுவதையும் ஒரு பார்வையில் திரும்பிப் பார்க்கையில் எந்த வகையிலாவது மறையாத பிரகாசமாகி அது நின்று எரிகிறதா? அல்லது எல்லாமே ஒரு காலியிடமாகத் தோற்றமளிக்கிறதா? அப்படியென்றால்? அதற்கு நீங்கள் எதிர்பார்க்கும் விடையைக் கொடுக்க நாங்கள் விரும்பவில்லை.

மீண்டும் எங்கள் அடிப்படை நோக்கத்தை வற்புறுத்த இந்த முக்கியப் பகுதியை ஒரு பிற்சேர்க்கையாகச் சேர்த்திருக்கிறோம். இந்தச் சட்டம் அமுல்வராத நிலையில், குழுவின் அபிப்ராயத் தில் மிகச் சிறந்தது என்று கருதப்படும் ஒரு வாக்குமூலத்துக்கு ஒரு தகுந்த பரிசு கொடுக்கப்படும். அது – இந்த வாக்குமூலம் – அரசாங்கத்தால் அச்சிடப்பட்டு மத்திய அரசாங்க நூல்நிலை யத்திற்கும் மாகாண அரசாங்க நூல் நிலையங்களுக்கும் விநி யோகிக்கப்படும். தனியார் பிரசுரங்களுக்கு இவ்வாக்குமூலத்தை அச்சிடவோ விற்கவோ உரிமை கிடையாது. இந்த அரசாங்கம் என்றும் அதன் பிரஜைகளின் நலத்தையே நாடுகிறது. இந்தத் தேச முன்னேற்றச் சட்டம் அமுலில் வந்தாலும் வராவிட்டாலும் அதன் இந்த அடிப்படை நோக்கம் நிறைவேற்றப்படும் என்றே அது கருதுகிறது. இத்துடன் இந்தச் சட்டம் முற்றுப் பெறுகிறது.

IV

இராஜசேகரின் வாக்குமூலம்

ஜானே வாலே
வாலே ஜானே
ஜானே வாலே
வாலே ஜானே

ஜானே!
வாளே!

ஜானே வாலே
வாலே ஜானே

லஜ்ஜான்!
லஜ்ஜான்!!
லஜ்ஜான்!!!

வரும்
வரும்
வரும்
வரும்

ரும் ரும் ரும்!
ரும் ரும் ரும்!!
நான் முன் ஒரு முறை அங்கமுத்துவிடம் சொன்னபடி,

இவ்வாறு – குடிக்கையில் தொடங்கியது – குடிக்காத வேளை களிலும் – அர்த்தமில்லாத சப்த அலைகளை எழுப்பிக் கொண்டிருப்பது என்பது ஒரு பழக்கமாகிவிட்டது. அப்படி அர்த்தமற்றவை என்றும் சொல்லமுடியாது! ஒரு முறை இங்கு வந்திருந்த என் தம்பி பெண் (பெயர் சைலஜா, வயது 17, நல்ல அழகி, புத்திசாலி) நான் இவ்வாறு விடாமல் துரித கதியில் உரக்க உரக்கப் பாடிக்கொண்டிருந்ததை அதிசயமாகப் பார்த்துக் கொண்டு நின்றவள் தன் சிநேகிதியிடம் "பெரியப்பாவுக்குப் பைத்தியம்; நிச்சயமாகப் பைத்தியம்" என்று சொன்னாள். இதைக் கேட்டதும் எனக்கு உற்சாகம் கூடிவிட்டது. அந்த வரிகளை இன்னும் அழுத்தமாகவும், நிறுத்தியும் நிறுத்தாமலும், விதவிதமான சப்த உயர்வு தாழ்வுகளுடன் பாடிக்கொண்டே இருந்தேன்.

ஜானே வாலே
வாலே ஜானே

ஜானே வாலே
வாலே ஜானே

ஜானே எ!
வாலே எ!

ஜானே வாலே
வாலே ஜானே
லஜ்ஜான்!
லஜ்ஜான்!!
லஜ்ஜான்!!!

வரும்
வரும்
வரும்
வரும்

ரும் ரும் ரும்!
ரும் ரும் ரும்!!

அடுத்த நாள் நான் இந்த வரிகளை உள்ளூர உருட்டிக் கொண்டிருக்கும்போது அவள் (சைலஜா) வந்து "என்ன இன்னிக்குப் பாடலையா?" என்று கேட்டாள், நான் என்னவோ நினைத்துக் கொண்டு அவளிடம், "அது சரி. எனக்கு இந்த வார்த்தை எப்படிக் கிடைத்தது என்று தெரியவில்லை. ஒரு

வேளை இது ஹிந்தியாக இருக்கலாமோ என்று தோன்றுகிறது. உனக்கு ஹிந்தி தெரியுமே. ஹிந்தியில் இப்படி ஒரு வார்த்தை இருக்கா?"

"இருக்கு."

"என்ன அர்த்தம்."

"போய்க்கொண்டிருக்கேன்."

"ஒரு வார்த்தையா, இரண்டா?"

"ஒரே வார்த்தை." அவள் போய்விட்டாள். இந்த வார்த்தையை – அர்த்தம் தெரியாமலேயே – நான் இப்பொழுதெல்லாம் சந்தோஷமாகவே என்றாலும் புலம்பிக் கொண்டே இருக்கின்றேன். ஏபிள் தாம்ப்ஸன் கெட்டிக்காரன் தான், சந்தேகமே இல்லை. வினா வரிசையில் ஒரு கேள்வி, "எப்படியும் நீங்கள் சாகத்தான் போகிறீர்கள். அதை ஏன் நீங்கள் விரைவு படுத்த விரும்புகிறீர்கள்?'' ஆம் ஜானே வாலே. ஆனால் இப்பொழுது இந்த உடலை ஒரு உபகரணமாகப் பயன்படுத்த முடியவில்லை. நீ உடல் இல்லை. உயிர் நீங்கிய பிறகு எஞ்சியதைத் தான் வெறும் உடல் என்கிறோம். அது மாத்திரம் நமக்குத் தேவை இல்லை. அங்கமுத்துவுக்கு ஒரு அடிப்படையான விஷயம் தெரியாது. வாழ்க்கையில் எவ்வளவு கஷ்டங்கள் வந்தாலும், உனக்குள்ளே நீ வேறு எதுவாக இருந்தாலும், இல்லாவிட்டாலும், உனக்குள்ளே ஒரு தவிர்க்க முடியாத வேகம் என்ற அளவுக்கு நீ ஒரு எழுத்தாளன் என்றதன் நிச்சயம் இருக்குமென்றால் எதையும் எதற்கும் நீ ஈடுகொடுக்க முடியும். ஆனால் இந்த எழுதும் விஷயத்திற்குச் செய்நேர்த்தி என்பது மிக அவசியம். அந்த அளவுக்கு உன் உடல் உபகரணமாக; அது க்ஷீணித்த நிலையில் இயங்க முடியவில்லை என்றால்? அது ஒரு வெறும் மரக்கட்டையாக மிஞ்சிவிட்டதென்றால்? ஜானே வாலே – என்றாலும் இந்த உடல் இடம் கொடுக்க வேண்டுமா? வாழ்க்கையின் கஷ்ட நிஷ்டூரங்களில் முதலில் ஆட்டங்காண்பது – அது பலருக்கும் தெரிவதில்லை என்றாலும் – இந்த உடல்தான் ஆச்சி ஞாபகம் வருகிறது. அதுதான் வைரவன் பிள்ளையின் சம்சாரம். அவன் அவளைப் பார்க்கும்பொழுது வயது 50ஐத் தாண்டியிருந்தும் கூட, கூட இருந்த நண்பன் சாரதி சொன்னது ஞாபகத்தில் இருக்கிறது. இப்பொழுதே இவள் இவ்வளவு அழகாக இருக்கிறாள் என்றால் யௌவனத்தில் எப்படி இருந்திருப்பாள். ஆச்சி மிகவும் தெய்வபக்தி உடையவள் – பூஜை புனஸ்காரம் என்றபடி. இந்தப் பக்கத்தில் வைரவன்

பிள்ளை – மொத்த மளிகை வியாபாரம் – அதற்கு ஏஜன்ஸி இதற்கு ஏஜென்ஸி என்று அமோகமாக வாழ்ந்தார். அவருக்கு ஆச்சி மாத்திரம் போதவில்லை. அப்படியும் ஆச்சி பத்து பெற்றாள். வைரவன் பிள்ளை பிஸினஸ் கடன்களையெல்லாம் கொடுத்துவிட்டு பூர்வீக சொத்தில் கொஞ்சம் வைத்துக் கொண்டு, பிஸினஸையும் சுருக்கிக்கொண்டார். ஆச்சி பாடு தான் பரிதாபமாக இருந்தது. கர்ப்பப்பை தாழ்ந்து விட்டது; ரத்த அழுத்தம், அடிக்கடி சிறுநீர் இறங்காது – இப்படியாக இப்படியாக – தன் தேகத்தின் சீர்குலைவுக்கு ஈடுகொடுக்க முடியாமல் மரணபயம் எப்பொழுதும் கண்களில் பீதிரூபமாக நிழலிடப் பார்ப்பவர்களுக்கெல்லாம் ஒரு பரிதாபகரமான காட்சி யாக இருந்துகொண்டிருந்தாள். வைரவன் பிள்ளை இந்தக் கை நொடித்த நிலையிலும் ஒரு முறை சாரதியிடம் சொன்னது ஞாபகம் வருகிறது. உங்களுக்கெல்லாம் என்ன? அவளும் இவ்வளவு கஷ்டப்பட்டிருக்க வேண்டாம். உங்களுக்கு இப்பொழுதுள்ள வசதிகள் அந்தக் காலத்தில் எங்களுக்கு இல்லை. இருந்தாலும் நான் பயன்படுத்தியிருப்பேனோ என்னவோ. அவள் சுத்த பதிவிரதை. இப்பொழுது கஷ்டமாகத் தான் இருக்கு. நம்ப வாரிசுகளைப் பற்றிக் கேட்க வேண்டாம். அப்பன்கிட்டெ இருந்து சாரத்தை வாங்கிக்காமல் சக்கையை மாத்திரம் வாங்கிக்கிட்டாங்க. என்றாலும் சாரதி இந்த உடம்பு இருக்கே அது இன்னும் அடங்கினாத்தானே. சென்ற வருஷம் ஆச்சி பயந்தது பயந்தபடியே நடந்து அவள் இல்லாமல் போனாள். ஏபிள் தாம்ப்ஸன் கேட்கிறார் – உங்களுக்குக் கசப்பான அனுபவம் ஏதாவது ஏற்பட்டதுண்டா என்று. என்ன சொல்றது, ஆரம்பத்திலெ எல்லா அனுபவமும் இனிப்பாத்தான் இருக்கு, போகப்போக எட்டிக்காய்க் கசப்பாய் விடறது. என்ன சொன்னே மாப்ளெ? அது வைரவன் பிள்ளை குரல். இவ்வாறு இவ்வளவு விதவிதமான குரல்களை அவன் வாழ்க்கையில் கேட்டிருக்கிறான். ஆனால் "வினா வரிசையில்" கேட்டு இருப்பது இது இல்லை. அபேட்சகரின் சொந்த வாழ்வில் இல்லையா? அதாவது ஒருவன் வாழ்விலும் கசப்பு மருந்துக்குக்கூட இல்லை என்ற பாவனை. ஏபிள்தாம்ப்ஸன், கெட்டிக்காரன்தான் யார் இல்லை என்று சொன்னது – ஸாரே (கேரளப் பிரஜையின் பாதிப்பு) நான் சொல்றது சரியில்லை? என்றாலும் பிறர் கஷ்டங்களைப் பார்க்கையில் எனக்கு சகிக்க முடியவில்லை. இதன் மூலமாகவே – இதை ஒரு அகம்பாவத்துடன் நான் சொல்லவில்லை – என் நிழல் அவர்கள் வாழ்வில் வீழ்ந்திருக்கிறது; அதனால் அவர்களுக்கு அனுகூலம்

இல்லை என்று சொல்ல முடியாது. என்றாலும் இவைகள் பிரச்சனைகளை இன்னும் குழப்பியிருக்கின்றன என்றுதான் சொல்ல வேண்டும். மனிதவாழ்விற்கு ஒரு படிமமாக 'இரண்டு சிகரங்களின் கீழ்' என்று எழுதியிருக்கிறார் ஆனந்த். ஆனால் நாம் சுற்றிலும் காண்பதென்ன? ஒருவனுக்காவது தான் ஒரு சிகரம் என்ற நினைவு இருப்பதாகவே தெரியவில்லை. அதனால்? வேறென்ன? ஒவ்வொருவனும் தன் சிகரத்தில் இருந்து இறங்கி வராமல் மற்றவனைத் தன் பிரஜைகளாகப் பரிபாலனம் செய்து வருகிறான். ஒரு கணக்கில் இது இப்படித்தான் இருக்க முடியும். அவர் எழுதியது ஞாபகம் வருகிறது. 'இரண்டு சிகரங்களின் கீழ்' என்ற அந்த நாவலிலும், ஜீவாவும் அடிக்கடி தான் இருக்கும் இடத்தை விட்டு அயல் ஊருக்குப் போகத்தான் வேண்டி யிருக்கிறது. வாழ்க்கை இனிக்கிறதா? கசக்கிறதா? இனிக்கிறது ஆனால் கசக்கவும் தான் செய்கிறது. இந்த வினா வரிசையில் வாழ்க்கை ஒரே சமயத்தில் இனிக்கவும் கசக்கவும் செய்கிறதா என்று ஒரு வினா இல்லை. ஏபிள் தாம்ப்ஸன் அறிந்திருப்பான். இந்த மாதிரி ஒரு இடத்தை அறிந்தால் இந்த 'தற்கொலை' என்பதற்கு இடமே இல்லாமல் போய்விடும். ஆனால் சொந்த ஜீவிதத்தில் கசப்பு என்கிறபோது அவன் பள்ளிமாணவனாக இருந்த காலம் – அப்பொழுது முதற் கொண்டே அவன் இயற்கை என்றுதான் சொல்ல வேண்டும் – எல்லாமே ஒரு மங்கலாகத்தான் பட்டது. தான் ஏதோ ஒரு அயல் பிரதேசத்தில் இருக்கிற மாதிரி ஒரு உணர்வு. சுற்றி இயங்கும் உலகைப் பற்றிய ஒரு பிரக்ஞை இல்லாமல் அவன் பள்ளிக்கூட மாணவனாக இருந்த காலத்தில் அப்பாவுடைய – சிநேகிதர் சிநேகிதர் என்ன – அப்பா பரம்பரைப் பணக்காரர். அப்படி அவர் குடும்பத்தை அண்டிப் பிழைத்த பலரில் இந்த இராஜகோபால ஐயங்காரும் ஒருவர். நன்றாகப் படித்து சுய முயற்சியால் முன்னுக்கு வந்தார். அப்பா அவருடன் பேசிக் கொண்டிருந்த சமயத்தில் பேச்சுவாக்கில் "இவனுக்கு கணக்கு வராது" என்று சொல்லி வைத்தார். அதைப் பிடித்துக் கொண்டார் ஐயங்கார். பிறகு இவனைப் பார்க்கும் போதெல்லாம் மக்குப் பையன்தானே என்பார். இவனுக்கு ஒரு கணம் தன்னைப்பற்றி அவர் ஏளனம் செய்கிறார் என்று தோன்றினாலும் இவனை இது அதிகமாகப் பாதிக்கவில்லை. அவர் ஒவ்வொரு தடவை போகும் போதெல் லாம் கிராமத்திலிருந்து அரிசி, புளி என்று வந்திருந்தால் தன் வீட்டு அவசியத்திற்கென்று வாங்கிக்கொண்டு போவார். அப்பா இதைப் பற்றிக் கவனிக்க மாட்டார். தனக்கு வேண்டியவன்– கேட்டான், கொண்டு போகட்டும் என்ற பாவனை. அம்மா

தான் ஏதாவது முணுமுணுப்பாள். ஆனால் அவனுக்குக் கணக்கு என்கிற போது இன்று அதை ஒரு வகை ஓவியத்துடன் இணைப்பது, எழுதுவதில் ஒரு நிதானம் என்பதல்லாமல் வரவு, செலவு காரியமோ வேறு தொழில் ரூப விஞ்ஞானத்துடனோ அவனால் இணைத்துப் பார்க்க முடியவில்லை. ஆனால் மிகக் கசப்பான அனுபவங்கள் என்றல்லவா கேள்வி – அவன் என்கிறேன் – இவன் என்கிறேன் – இராஜசேகரன் என்கிறார்கள் – எல்லாம் இந்த நான்தான்,

ஜானே வாலே

வாலே ஜானே
ஜானே வாலே
வாலே ஜானே
ஜானே!
வாலே!

ஜானே வாலே
வாலே ஜானே
ஜானே வாலே
வாலே ஜானே

லஜ்ஜான்
லஜ்ஜான்
லஜ்ஜான்

வரும்
வரும்
வரும்
வரும்
ரும் ரும் ரும்
ரும் ரும் ரும்

அந்தக் காலத்தில் பாங்கில் அவன் வேலை ஏற்றுக் கொண்ட சமயம் இவன் இயற்கைக்கேற்றபடி சரியான சமயத்திற்கு பாங்கிற்குப் போய்விடுவான். ஒரு நாள் ஐந்து நிமிஷம் தாமதித்து விட்டது. இவனைக் கண்டால் பாங்கில் எல்லாருக்கும் ஒரு அனுதாபம் – பாவம் என்று. அதிகமாகப் பேசமாட்டான். ஒரு மனிதன் ஒரு வயதிற்குப் பிறகு வேலை செய்ய வேண்டும், கல்யாணம் பண்ணிக்கொள்ள வேண்டும், பிள்ளைகளைப் பெற வேண்டும், பெண்களுக்குச் சரியான இடமாகப் பார்த்துக் கல்யாணம் பண்ணிக் கொடுக்க வேண்டும்?

பிள்ளைகளைப் படிக்க வைத்து, சுமாரான ஒரு வேலையில் அமர்த்த வேண்டும். இதெல்லாம் இவன் மெல்ல மெல்ல, இவன் கண்கள் உலகைப் பார்க்கத் தொடங்கிய போது உணரலானான். அதாவது இதற்கு அடிப்படையாக ஒருவன் ஒரு ஆபீஸ் போகும் இயந்திரமாக, இதையெல்லாம், பிடிக்கிறதோ இல்லையோ செய்துதான் ஆகவேண்டும். இவனுக்கு இதையெல்லாம் பற்றித் தொடர்ந்து சிந்தித்திருந்தானானால் அவ்வளவு அவசிய மில்லாதவை எனப் பட்டிருக்கலாம். ஏதோ படிப்பது, எழுதுவது இவைதான் அவனுக்குப் பிடித்த விஷயங்கள். ஆனால் தனக்குப் பிடிக்காத விஷயங்களைத் தொடர்ந்து செய்து வந்தாலன்றித் தான் பிடித்தவற்றைச் செய்ய முடியாது. ஆகவே அதை இவனும் செய்து வந்தான். அப்பொழுது அவனுக்கு வயது 23, 24 இருக்கும். ஆபீஸ் சேவகன் இவனிடம் வந்து, “ஸார், மானேஜர் கூப்பிடுகிறார்” என்றான். இவன் சக தொழிலாளிகள் இவனை அதிசயமாகப் பார்த்தார்கள். இவன் சென்றான். மானேஜர் பெயர் ராம சுப்பன். தாட்டியான ஆள். எப்பொழுதும் கடுகடுத்த முகம். இவன் வந்து நின்றுகொண்டிருந்ததைப் பார்க்காமலேயே வேறு எதையோ செய்துகொண்டிருந்தார். அப்பொழுது அவனுக்குச் சமீப காலத்தில் அவனும் அங்கமுத்துவும் ஏபிள் தாம்ப்ஸனைக் காணச் சென்ற போது அவர் சொன்னது அவன் ஞாபகத்திற்கு வந்தது. ஐந்து நிமிஷம் கழித்து ராமசுப்பன் அவனைப் பார்த்து, “மணி என்ன?”

“10.35.”

“ஆபிஸிற்கு எப்ப வரணும்?”

“10க்கு.”

“நீ எப்பொழுது வந்தாய்?”

“10.10–க்கு.”

அவர் கேட்டார் “ஏன்யா, நீ என்ன திங்கறே. சோறா, அமேத்யமா?”

அவர் மறுபடியும் கேட்டார். “ஏன்யா, சொன்னது கேக்கலையா? ஒரு மனுஷன் கேக்கறான், பதில் சொல்லணும்னு தோணலை. சொல்லு, சோறா, அமேத்யம்தானோ,?”

இதற்கும் அவன் ஒன்றும் சொல்லவில்லை. நின்று கொண்டு இருந்தான். பிறகு அவர் சொன்னார். “இன்னமே கவனமா இரு. சரி, நீ போகலாம்.”

அவன் இயற்கைக்கேற்ப, அவன் தான் கோபப்பட வேண்டுமென்றோ, இன்று தோன்றுவது மாதிரி, அதிகார பீடத்தில் அமர்ந்துவிட்டால் ஒரு மனிதன் இவ்வளவு மோசமாக

நடந்து கொள்ளலாமா என்று தன்னிடமேயே கேட்டுக் கொள்ளக் கூடத் தோன்றவில்லை. அவ்வளவு தூரம் அவன் வாழ்க்கையிலிருந்து விலகியிருந்தான்.

இன்று கூட ஒரு விதத்தில் அப்படித்தான். அங்கமுத்து இவனை ஏபிள் தாம்ப்ஸனுக்கு அறிமுகப்படுத்துகையில் ஒரு பாங்க் வேலை செய்கிறவன் என்று தான் சொன்னான். அங்கமுத்துவிற்குத் தெரியாததில்லை. அவன் ஒரு எழுத்தாளன். ஆனால் அங்கமுத்துவிற்கு ஒரு குறுகிய வட்டாரத்தில் மாத்திரம் தெரிய வந்தால் போதாது. சமூகம் உன்னை ஏற்றுக்கொள்ள வேண்டும். அல்லது உன்னை வெளியேற்றும் அளவுக்கு உன் எழுத்து இருக்கவேண்டும். இவன் இரண்டையுமே ஏற்றுக் கொள்ளவில்லை. அங்கமுத்துவிற்குத் தெரியாது, அவன் ஏற்றுக்கொண்ட வாழ்க்கை அவனை மெல்ல மெல்ல நாக்கைச் சப்பிட்டுக் கொண்டு தின்றுகொண்டிருந்தது. இவன் வாழ்க்கையில் என்னவெல்லாமோ நடந்து கொண்டிருந்தது. இவன் ஒரு நாள் அவனிடம் சொன்னமாதிரி இவன் பாத்திரங்கள் இவனைத் தேடிக்கொண்டு வந்து போய்க்கொண் டிருந்தார்கள். அப்படி வந்தவர்களில் ஒருவன் ஜோஸப்ஜான். ஜானும் அவனும் நெருங்கிய நண்பர்கள். அந்த நாள் அவனுக்கு இன்னும் நன்றாக ஞாபகம் இருக்கிறது. மாலை நேரம். சரியாகக் கூறுவதென்றால் சுமார் 5 மணி இருக்கும். ஜான் முகம் பேய் அறைந்த மாதிரி இருந்தது. இது இவனுக்கு அதிசயமாக இருந்தது. ஏனென்றால் ஜான் எப்பொழுதும் கலகலவென்று பேசிக் கொண்டிருப்பான். ஓயாமல் என்று சேர்த்துக்கொள்ள வேண்டும். இவன் கேட்டான், “ஏன், என்ன நடந்துவிட்டது?” அவன் சிறிது நேரம் ஒன்றுமே பேசவில்லை. பிறகு மிகவும் அமிழ்ந்த குரலில், வேறு யாரோ பேசுவதுபோல் இவனிடம் கேட்டான். “உனக்குச் சாமிராவ் சாமியைத் தெரியுமில்லையா?” “தெரியுமாவா?” நன்றாகத் தெரியும். யாருக்குத்தான் சாமிராவ் சாமியைத் தெரியாது? அவன் அப்பா இந்த ஊரில் ஒரு பெரிய வேலையில் இருந்தார். இன்கம்டாக்ஸ் கமிஷனராக. எல்லோரும் போல் அவரும் செத்தார். அதற்குப் பிறகுதான் குடும்பத்தில் சொத்து விஷயமாகப் பெரிய சண்டை என்று பேச்சு. வயதான தாயாரை யார் வைத்துக்கொள்வது என்ற சர்ச்சை. கமிஷனர் குடும்பமும் மிகப் பெரிய குடும்பம். 11 பையன்கள் 11ஆவது பையன்தான் பிரஸ்தாப சாமிராவ் சாமி. இந்தச் சம்பவம் – இந்தச் சம்பவம் என்றால் ஜான் கூறப்படும் சம்பவம் – சம்பந்தப்படாமலேயே சாமிராவ் சாமி ஒரு கவனிக்கப் படவேண்டிய ஆள்தான். அண்ணன் தம்பிமார்களைப் போல

இவன் என்ஜினியர், டாக்டர் என்ற படிப்புகளைப் படிக்காமல் பி.ஏ. படித்த பிறகு தத்துவத்தை ஒரு இஷ்டபாடமாகப் படித்து ஒரு எம்.ஏ பட்டதாரியானான். தத்துவம் என்றதனால் வேலை கிடைப்பதும் ஒரு பிரச்சனையாக இருந்தது. கடைசியாக உள்ளூரிலேயே ஒரு தத்துவ விரிவுரையாளராக அவனுக்கு வேலை கிடைத்ததும் அவன் அதிர்ஷ்டம் என்றுதான் சொல்ல வேண்டும்.

நடுவில், இவன் குடும்பத்தினருக்கு ஒரு பிரச்சனையாகி விடும் அளவுக்கு, இவனுக்கு ஒரு சன்னியாசி ஆகிப் போய்விட்டால் என்ன என்று தோன்றியது. இங்கு கூட இவன் மனங் குழம்பியதாகவே இருந்ததால் ஒன்றும் செய்யாமலேயே இருந்து விட்டான். ஆனால் சாமிராவ் சாமி ஒரு மாதிரி ஆள் என்றுதான் சொல்ல வேண்டும். அவன் நண்பர்களிடம் – அவர்களும் இவனைப் போல் முழுவதும் இல்லாவிட்டாலும் ஏதோ ஒரு வகையில் தங்கள் வாழும் சமூகத்துடன், வாழ்க்கையுடன் என்று கூடச் சொல்லலாம் – முழுவதும் – இவன் அளவுக்கு இல்லாவிட்டாலும் – ஒட்டிக்கொள்ள முடியாமல் தான் இருந்தார்கள் – சாமிராவ் சாமி அடிக்கடி சொல்லும் ஒரு வாக்கியம் ஓசைப்படாமலேயே வாழ்ந்துவிட்டு ஓசைப்படாமலேயே போக விரும்புகிறேன். எனவே, ஜான் சொல்லிக் கொண்டிருந்தான். உனக்குத்தான் தெரியுமே இங்கே நாலு காசு இல்லாட்டா எவன் எவனை மதிக்கிறான். அல்லது பேர் இருக்கணும். சாமி செய்த முதல் குற்றம் அவன் தத்துவத்தை இஷ்ட பாடமாக எடுத்துப் படித்தது. ஏதோ அவனுக்கு இருக்கிற கெட்டிக்காரத்தனத்துக்கு இதிலேயே ஸ்டேட்ஸுக்குச் சென்று அங்கேயே ஏதாவது ஒரு வேலையில் இருந்திருக்கலாம். அவன் அது ஒன்றும் செய்ய வில்லை. எல்லோருக்கும் இவன் அப்பாவி, முட்டாள் என்றுதான் அபிப்ராயம். பிரஸ்தாப சம்பவம் நடக்கிற சமயத்தில் ஆஸ்பத்திரியில் அவன் தாயார் கடைசி நிமிஷம். இவனைத் தவிர இவன் மூத்தவன் – அம்மாவின் இரண்டாவது மகன் – தான் இருந்தான். இவர்களுடன் மற்ற புதல்வர்கள் இல்லை. வெளியூரில், சாமிராவ் சாமிதான் அம்மாவைப் பார்த்துக் கொண்டிருந்தான். அன்று அந்த இரண்டாவது மகன், இவனுக்கு மூத்தவன், பெரிய என்ஜினியர், அவன் ஆஸ்பத்திரிக்கு வந்ததும், அந்த அம்மாவின் உயிர் பிரிந்ததும் ஒரே சமயத்தில் நடந்தன. அப்பொழுது அவன் – அந்தப் பெரிய மனிதன் – சாமி, எல்லாத்துக்கும் ஏற்பாடு செய்துக்கோ, பணம் வேண்டுமானால் கேள். இது மாத்திரம் சொல்லியிருந்தாலும் அவனுக்கு அவ்வளவு குழப்பம் ஏற்பட்டிராது. அந்த அம்மாவின் உயிர்

பிரிந்ததும் அந்தப் பெரிய மனிதன் தன் விரலைச் சொடுக்கி விட்டு, தீர்ந்தது, டா–டா என்று சொல்லிவிட்டுப் போனானாம். நீதான் சாமிராவ்சாமியைப் பார்த்திருப்பாயே. நீண்ட மெலிந்த முகம், தாழ்ந்து தொங்கும் சவலை மீசை, இரக்கம் தோய்ந்த கண்கள். அவன் சொன்னான்; இப்பொழுது போனான் பார்த்தாயா இவனும் ஒரு மனிதன். எவ்வளவு பேர் சாகும் பொழுது ஒரு தடவை இவன் விரலைச் சொடுக்கிவிட்டு டா–டா சொல்லிவிட்டுப் போயிருக்கிறானோ, அந்த விரல் சொடுக்கு வதையாவது என்னால் சகித்துக்கொள்ள முடிகிறது. இந்த டா–டா விவகாரம்தான் எனக்குப் பிடிக்கவில்லை. என்றாலும் அவனும் என்னையும்போல் ஒரு மனிதன்தான். அதனால்தான் நான் ஓசைப்படாமலேயே வாழ்ந்துவிட்டு ஓசைப்படாமலேயே போக விரும்புகிறேன். இதைச் சொல்லிவிட்டு ஜான் போய் விட்டான். அவன் சாமிராவ் சாமி சொல்லியதிலிருந்து மிகவும் கலவரப்பட்டிருந்தான் என்பது தெளிவு. எனக்கு சாமிராவ் சாமியை மாத்திரம் இல்லை. அவன் இரண்டாவது அண்ணனை யும் தெரியும். சமீபத்தில் – அதாவது ஜான் பிரஸ்தாபித்த விஷயத்திற்குப் பின் – எனக்கு சாமிராவ் சாமியின் இரண்டாவது அண்ணனைச் சந்திக்க ஒரு வாய்ப்பு ஏற்பட்டது.

என்னவோ பேசிக்கொண்டிருந்த விஷயத்தை நிறுத்தி விட்டுத் திடீரென என்னிடம் “இராஜசேகரா, ஏன் என்று எனக்கே தெரியவில்லை. உனக்கு என் தம்பி சாமிராவ் சாமியைத் தெரியுமில்லையா – அவன் இதையெல்லாம் எப்படிக் கணக்கிடுகிறான் என்று எனக்குத் தெரியாது. இதோ, பார் ஆஸ்பத்திரியில் என் அம்மா இறந்தவுடன் என்னால் ஒரு நிமிஷம்கூட அங்கு இருக்க முடியவில்லை. சாமியிடம் சொல்லி விட்டு வீடு திரும்பிவிட்டேன், மாத்திரமன்று போகிற வழியில் ஒரு கடையில் ஏறி என் ஐந்தாவது தம்பியின் குழந்தைகளுக்குக் (அல்லது எனக்கே தானோ) கை நிறைய கேக் வாங்கிச் சென்றேன். அவர்களுக்குக் கொடுத்து விட்டு நானும் தின்றேன். ஆனால் ஒன்று; இராஜசேகரா, நான் இதையும் உனக்கு சொல்லித்தான் ஆக வேண்டும். இன்று வரையில் இதை நான் ஏன் செய்தேன் என்று எனக்குத் தெரியாது. ஆனால் ஒன்று; இதனால் எனக்கு என் தாயாரிடம் பிடிப்பு இல்லை என்று சொல்ல முடியாது. என் வரையில், என் வகையில் எனக்கும் அவளிடம் ஒரு பிடிப்பு இருக்கத்தான் இருந்தது.” அவனிடம் இருந்து நான் விடைபெற்றுத் திரும்பியதும் அங்கு சாமிராவ் சாமி காத்துக் கொண்டிருந்தான். அவனுக்கு நான் எங்கிருந்து வருகிறேன் என்று தெரிய நியாயமில்லை. அவன் கேட்டான், “ஆச்சரியமாக இருக்கிறது இல்லையா? ஆனால் எல்லாம்

அப்படித்தான். உனக்குத்தான் தெரியுமே"

(மௌனம்)

"என்ன?"

"நீ Heidegger படித்திருக்கிறாயா?"

"நீ ஒரு தத்துவ விரிவுரையாளன். நான்? என்னவோ நமது புராணங்களையும் தத்துவப் பாடல்களையும் திரும்பத் திரும்பப் படித்துக் கொண்டிருக்கிறேன். ஆனால் Heidegger முழுவதும் படிக்காவிட்டாலும் என்னளவில் நானும் அவன் தத்துவத்தை பற்றிச் சில தெரிந்துகொண்டிருக்கிறேன்."

"அது போதும். வெளியில் இருப்பதில்லை – உன்னில் இருப்பதுதான் ஞானம். இது மாத்திரம் நம் மாணவர்களுக்குத் தெரிந்திருந்தால்..." (மௌனம்)

"இதெல்லாம் எதற்கு?"

"எதுதான் எதற்கு? Heidegger பற்றிச் சொன்னேன். அவன் ஒரு இடத்தில் எழுதியிருந்ததாகச் சொல்லப்படுகிறது – இரண்டு விஷயங்கள்:

1) வாழ்க்கை என்பது நமது தர்க்க விசாரணைகளுக்கு – வரிசைகளுக்கெல்லாம் அப்பாற்பட்டது.

2) இதே அடிப்படையில்தான் நாம் பிறருடன் வைத்துக் கொள்ளும் உறவுகளும் இருக்க வேண்டும்.

"அப்படி என்றால்?"

"ஜான் உனக்குச் சொல்லியிருப்பான். ஆஸ்பத்திரியில் நடந்த சம்பவம் பற்றி. அதுசரி நீ (உனக்கு மலையாளம் தெரியும் என்பதால்) சேதுவின் 'கானேஷீமாரி' என்ற கதையைப் படித்திருக்கிறாயா?"

"சரிதான் போ; எனக்குப் புஸ்தகங்களைப் படிப்பதைத் தவிர வேறு வேலை ஒன்றுமே இல்லை என்று நினைக்கிறாயா?"

"நீயும் என் இரண்டாவது அண்ணனைப் போல் பேசுகிறாய். அவன் ஒரு முறை என்னிடம் சொன்னான் – இப்படிக் கன்னாபின்னா என்று புஸ்தகங்களைப் படித்துக் கொண்டிருந்தால் நீ ஒன்றிற்கும் உருப்படாமல் போய் விடுவாய்." (மௌனம்) ஆனால் எனக்குத் தோன்றுகிறது Heidegger, சேதுவின் 'கானேஷீமாரி', 'ராஜகோபாலன் நாயர்' என்ற கதை களைப் படித்திராவிட்டால் என் இரண்டாவது அண்ணனைப் புரிந்து கொண்டிருப்பேனா என்பது சந்தேகமாகவே இருக்கிறது. அன்று அந்தச் சம்பவம் நடந்த பிறகு, நான் ஜானிடம் ஆவேச

மாக வார்த்தைகளைக் கொட்டிய பிறகு, சில நாட்களுக்குப் பின் என் இரண்டாவது அண்ணனைச் சந்தித்த பொழுது அவன் சொன்னது இப்பொழுது கூட என் ஞாபகத்திற்கு வருகிறது. அவன் சொன்னான், "சாமி, அன்று ஆஸ்பத்திரியில் நான் நடந்து கொண்ட விதமும் பிறகு வீட்டில் நடந்ததும் உனக்குத் தெரிந்திருக்கும்... என்னால் அம்மாவின் பிரேதத்தைப் பார்ப்பதற்கே பயமாக இருந்தது. அதனால்தான்..." அவன் அத்துடன் நிறுத்திக்கொண்டான். எனக்கு அப்பொழுதுதான் விஷயங்கள் ஒருவாறு தெளிவாகத் தெரிந்தன. இராஜசேகரா, நான் Heidegger, ஸேது இவர்களைப் பற்றிச் சொன்னது, இவற்றின் மூலம் என் அண்ணன் சொன்னது அழுத்தமாக என் மனதில் பதிந்தது. என் அண்ணன் கேட்டான் "ஏன் இப்படிக் கன்னாப் பின்னா என்று படிக்கிறாய் என்று. ஆனால் நான் Heidegger சேது இவர்களைப் படித்திருக்காவிட்டால் என்னையே புரிந்து கொண்டிருப்பேனா என்பது சந்தேகமாகவே இருக்கிறது. 'நுண்மான் நுழைபுலம்' என்றான் அந்தக் கவிஞன். வாழ்க்கையில் எப்பொழுதுமே விழிப்பாகவேயிருக்கணும். இந்த வயதில், தேகம் சோர்வுற்ற நிலையில் இப்படி எப்பொழுதுமே விழிப்பாக இருக்க முடியுமா என்பது சந்தேகமாகவே இருக்கிறது. இதைச் சொல்லிவிட்டு, இதை மாத்திரம் சொல்ல வந்தவன் போல் சாமிராவ் சாமி போய்விட்டான்.

நான் மீண்டும் தனியாகிவிட்டேன். எனக்கு என்னாகி விட்டது – அதுவும் இந்த 65ஆவது வயதில்? அங்கமுத்து, ஏபிள் தாம்ப்ஸன், ஜியார்ஜ் ஸார், சாமிராவ் சாமி இவர்கள் ஒவ்வொருவரையும் பார்க்கும் பொழுது அவர்களில் ஒரு அம்சம் இல்லாவிட்டால் இன்னொரு அம்சமாக நான் ஆகிவிடுகிறேன். ஏன், சொல்லப் போனால் என்னில் நான் சாமிராவ் சாமியின் இரண்டாவது அண்ணனையும் காண்கிறேன். அவன் விஷயத்தில் பயம் என்னை எதற்கும் செயல் அற்றவன் ஆக்கிவிட்டது என்றே சொல்ல வேண்டும். இந்த தேகத்தையே எடுத்துக்கொள்கிறேன். என்றுமே, அறிந்தோ அறியாமலேயோ, இதை நான் ஒரு உபகரணமாகத்தான் பாவித்திருக்கிறேன். அதனால்தான் அது படுத்துவிடும் என்கின்ற வேளையில் எனக்கு ஏன் கோபம் வர வேண்டும்? இதற்கு எல்லாவற்றிற்கும் மேலாக எனக்கு எப்பொழுதுமே என்னுடன் கூட யாரோ ஒருவர் அல்லது ஒன்று என் நிழலைப் போல் என்னைத் தொடர்கிறது. ஆனால் எனக்கு நான் அதன் நிழல் என்ற ஒரு போதம். அப்பொழுது? ஒரு வேளை இதை ஏபிள் தாம்ப்ஸன் படிக்க நேர்ந்தால் என்னைக் கேட்கக் கூடும் – இந்த உன் வாக்குமூலம் ஒரு நாவல் மாதிரி இருக்கிறதே என்று. ஆனால் நான் ஒரு

பாங்க் ஊழியன் என்பதை விட, அப்படிப் படிக்கப்படா விட்டாலும் என் 'எழுத்துகள்' தான் என்னை ஒரு நிலையில் வைத்திருக்கின்றன. ஒவ்வொருவரைப் பார்க்கையில், ஒவ்வொரு அனுபவம் என்னைப் பாதிக்கையில் நான் அவர்களின், அவைகளின் நிழல்கள் ஆகி விடுகிறேன். நான் 'ஏதோ ஒன்றின்' நிழலாக இயங்கி வருவதால்தான் என் ஜென்மமே சாபல்ய மடைகிறது என்று இடைவிடாமல் என் உள்ளில் ஒன்று ஆடிக் கொண்டிருக்கிறது. எனக்கே நான் என்ன எழுதுகின்றேன் என்று தெரியவில்லை. ஆனால் வேறொன்றின் மூலம் நான்தான் இயங்குகின்றேன் என்ற ஒரு உணர்வும் கூடவே என்னைச் சூழ்ந்துகொண்டிருக்கிறது.

அதனால்தான்? அதனால்தான்? என்ன? யார் அங்கே? நீ எங்கே? என்ன? என்ன? என்னையே நான் தேடிக் கொண் டிருக்கின்றேனா என்ன? இல்லாமல்? நான் இல்லாவிட்டால் நான் இருப்பேனா என்ன? சந்தேகமாக இருக்கிறதா? நீ ஏதோ ஒன்றின் நிழல் என்று சொன்னதை மறந்துவிட்டாயா? தோற்றத்திற்கும் மறைவுக்கும் அப்பாற்பட்டது அது என்றால்? என்றால்?

வார்த்தைகள் தவிக்கின்றன. தப்பி ஓடப் பார்க்கின்றன. ஓலமிடுகின்றன. "தவறு பெரிதுடைத்தே, தவறு பெரிதுடைத்தே."

மூன்று, நான்கு, ஐந்து, ஒன்பது, பத்து. இது கணித வாய்ப்பாடன்று. பூதகணங்களின் திருநாமங்கள் என்று வைத்துக்கொள். இதையும்தான். சம்பாஷணைச் சிதறல்கள்.

"எந்த ஒரு மனிதனும் எந்த ஒரு மனிதனுடனும் ஒரு முழுமையான ஒரு விதப் பிசிறில்லாத ஒரு உறவை வைத்துக் கொள்ள முடியாது."

"மிருகங்களைப் பழக்க முடியும். மனிதனை?"

"நீங்கள் ஏன் குடிக்கிறீர்கள், நீங்கள் குடிப்பது பற்றி ஒருவித குற்ற உணர்ச்சியும் உங்களுக்கு இல்லையா?"

"மன ஆட்டத்தை நிறுத்த முடியுமா என்ன?"

"முதலில் கஷ்டமாக இருக்கும். ஆனால் முதல் அடியை வைத்துவிட்டால் அப்புறம் எளிது."

"உண்மையாக!"

"உண்மையாக. இன்னும் ஒன்றும் சொல்ல விரும்புகிறேன். உங்கள் வழியே நீங்கள் போய்க்கொண்டிருந்தால் இச்சா சுதந்திரமாக உங்கள் மூச்சாக, உங்களையே தாண்டும் ஒரு கட்டத்தையும் நீங்கள் அடைவீர்கள்."

"சாவதற்குப் பயமாக இருக்கிறது. அதனால்தான் சாகாமலேயே செத்துக்கொண்டிருக்கிறேன்."

"அவன் இல்லை. நீதான் ஒரு பிரேதம்."

"ஆமாம், அவரைப் பார்த்ததும் மனம் சுருண்டுவிட்டது. அவர் முகத்தில் ஒரு பிரேதக்களை – களை? ஆம், களை. வேலையிலிருந்து ஓய்வு பெற்று விட்டால் என்ன? உள்ளிலுள்ள அந்த ஒன்று ஓயாத வரை?

"நான் என்னுடனேயே போய்க் கொண்டிருக்கிறேன். நான் ஒரு இடத்தில் நின்று விடுகிறேன். நான் என்னையே திரும்பி முறைத்துப் பார்க்கிறேன். என்னைக் காணவில்லை. என்னையும் காணவில்லை. ஒரு வெறுமை உணர்ச்சி.

"மண்டைக்குள் ஒரு சண்டை. அவர்கள் கைகொட்டிச் சிரிக்கிறார்கள். சிரிக்கட்டும்."

"அவனைப் பார்க்க வருகிறாயா?"

"அவன் செத்துவிட்டான். இனி அவனைப் பார்ப்பதில் அர்த்தமில்லை. சொன்னாலும் நம்ப மாட்டான்."

"என்ன?"

"அவன் தான் இன்னும் உயிருடன் இருப்பதாக நினைத்துக் கொண்டிருக்கின்றான்."

பிற்பகல் 3 மணிக்கு அவனைப் பார்க்கப் போக என்று அவன் வீடு சென்றேன். வீட்டில் யாருமில்லை. அவன் அறை யின் கதவு மூடியிருந்தாலும் அறையிலிருந்து பிரமாதமாக சப்தம் வந்துகொண்டிருந்தது. வெளியில் நின்று கேட்டுக் கொண்டிருந் தேன். போகப் போக அவன் குரல் உயர்ந்துகொண்டே இருந்தது. எனக்கு ஒரு பிரமை – அந்த அறை முழுதுமே ஆடிக் கொண்டிருந்ததோ என்று. அவன் பல – சில வரிகளை விடாமல் புலம்பிக்கொண்டிருந்தான். மனம் பிறழ்ந்த நிலையிலும் இப்படி ஒரு சுருதி லயமா? என்று நான் கால இடம் என்ற பிரக்ஞையின்றி அந்தக் குரல் நிற்கும் அளவு அசையாமல் கேட்டுக்கொண்டிருந்து, இருந்த இடத்திலிருந்து பெயராமல் நின்றுகொண்டிருந்தேன். ஒரு கோவில் விக்ரகம் போல் என்று வைத்துக் கொண்டாலும் சரி.

பாவனை உலகம் கண்ட பின்
அதாஅன்று
ரூபபாவங்கள்
பாவரூபங்கள்
ரூபரூபங்கள்

உருண்டுருண்டு ருண்டு
ஓடிச்செல்லு முருவங்கள்
உடன் வரும் சாயைகள்
கூட வரும்
என் கூட வரும்
என்னைக் கூட வரும்
என்னை நாடி வரும்
“நம்பலாம் எங்களை”
என்று சொல்லி வரும்.
என் கூட வரும்
என்னைக் கூட வரும்
என்னை நாடி வரும்
“நம்பலாம் எங்களை”
என்று சொல்லி வரும்

பாய்ந்து வரு மொரு பேருந்து
தாவி வருமது தாவி வரும்
அதன் சக்கரங்கள்
உருண்டுருண்டு ருண்டு
செல்லும்
சிதறித் தெறிக்கும் என்னுருவம்;
அதனுள்ளிருந்து
சிரிக்கும் சாயைகள் சொல்லும்
“நம்பலாம் எங்களை நீ”
என்று சொல்லிச் சிரிக்கும்

“உருத்திரங்கள் தோத்திரங்கள் சொல்ல”
“மல்லரும் கிங்கிரரும் எங்குங் கிலுகிலுப்ப”
“காலங்கள் போன கழிந்து”

பாடல் நின்று விட்டது. சப்தம் நிசப்தம் ஆகிவிட்டது. மாத்திரமன்று. இந்த உலகமே ஸ்தம்பித்து விட்டதோ என்று ஒரு பிரமை. பாடல் நின்று விட்டாலும் பேச்சுத் தொடர்ந்தது. அந்தக் குரலை எப்படி நிர்ணயிப்பது என்று ஒரு குழப்பம். வெகுதூரத்திலும் சிங்கம் கர்ச்சிப்பது காதின் பறையைத் தாக்குவது போல் அந்த இடையறாத சொற்களின் வரிசைத் தொடர் என்னைக் கவர்ந்தது. அவன் பேசப் பேச நான் ஒரு ஏகாந்த நிலையில் அதைக் கேட்டுக்கொண்டே இருந்தேன் என்றுதான் சொல்ல வேண்டும்.

“இன்னும் என் நினைவில்” – ஏன் நினைவு என்று சொல்ல

வேண்டும் – இந்த அறையில் என் கண் முன் அந்தக் காட்சியை நான் காண்கிறேன் – வருஷம் 1980, மாதம் ஜூலை, தேதி 30, சமயம் இருட்டி வரும் 8 மணி. காரணம்? சுடுகாட்டில் அவன் தன்லயத்தில் நர்த்தனமிடுகின்றான் – முதல் நாள் என்று கூடச் சொல்வது நினைவின் பிசகு என்றுதான் சொல்ல வேண்டும். அதற்கு முன்னரே ஆரம்பித்தது. ஆனால் அஸ்தி கொண்டு வந்த அன்று இறந்தவர் நினைவு உலர்வதற்கு முன் பொருள் பற்றி ஒரு மயானதாண்டவம். நிழல்கள் சிரிக்கின்றன. இது என்ன? நடுக்கூடத்தில் பிரேதம் கிடந்த இடத்தில் ராட்சஸ இரும்புச் சக்கரங்கள் பொருத்திய – ஜகந்நாதன் இல்லை ஒரு ஜக்கர்நாட் – மிலேச்ச பாஷை – பாஷையில்லை, மனிதர் மிலேச்சர்களான விந்தை – சக்கரங்கள் உருள்கின்றன – ஒருவருக்கொருவர் போட்டி போட்டுக் கொண்டு அதன் முன் விழ – அந்தக் குரல் – பாய்ந்து வரும் பேருந்து – அவனா? அல்லது நானே தானா? – நான் நம்பவில்லை – என்றாலும் என்னில் ஒன்று – குரலை உயர்த்தினால், கையை ஓங்கினால், கண்ணை உருட்டிப் பார்த்தால், இழந்த நிலை – அண்ணன், தம்பி, தந்தை – இப்படியாக இப்படியாக – எல்லாம் சந்தையில் கூட்டம் – பெரியவர்கள் பெரியவர்கள் – மிகவும் சின்னத்தனமாகச் செயல்படுகிறார்கள் – இந்த அடிப்படையில் அயோக்கியர்கள் எல்லாம் அசடுகளைப் பந்தாடுகிறார்கள் – அப்படியானால் நான் ஒரு அசடா? அசடேதானா? – அந்தக் கவிதை – அப்படி யானால் நட்பு, நம்பிக்கை, சகிப்புத்தன்மை இவைகளுக்கு அர்த்தமே இல்லையா? – அரம் போல் கூரிய அறிவு மாத்திரம் இருந்தால் போதுமா? – அன்று அந்த சிமென்ஸெட்டியில் நான் பாய்ந்து வரும் பேருந்து, நிழல்கள் என் கையைப் பிடித்து இழுக் கின்றன – உட்கார்ந்துகொண்டே இருக்கின்றேன் – சக்கரங்கள் உருண்டு செல்கின்றன – அதன் அடியில் என்னுருவம் சிதறித் தெறிக்கிறது – அப்பொழுது கூட அடுத்த நிமிஷம் நிர்ஜனமான தெருவில் கூட்டம்வரும் – போலீஸ் மகஜர் தயாரிப்பார்கள் – பிரேதம் ஆஸ்பத்திரிக்கு கொண்டு போகப்படும் – இது ஒன்றும் தன் பிரக்ஞையில் படவில்லை – அவ்வளவு தூரம் என்னுள் ளிலே மாட்டிக் கொண்டு விட்டேன் – வீடு திரும்பியதும் என் தனி அறையில் மீண்டும் என்னுள் முடங்கி விட்டேன் – அந்தத் துர்ஸ்வப்னம் இன்னும் தீரவில்லை – ஆனால் இவையெல்லா வற்றையும் தாண்டி ஏதோ ஒன்றும் என்னைப் பிடித்து நிறுத்தியிருக்க வேண்டும் – என்னுள் வேறொன்று அது என்ன? *அது அது அன்றி வேறென்ன? அதாஅன்று – கோபப் பிரசாதம் – ஒன்று அது மாத்திரமன்று – ஒன்றில் இருந்து வேறொன்று*

அதிலிருந்து மற்றொன்று ஒரு அலகிலா விளையாட்டு – விளையாட்டு? நிழல்கள் சிரிக்கின்றன – ஒன்று பல விதமானால் அந்த ஒன்றைத் தவிர வேறொன்றுமில்லை – இந்த உணர்வு மாத்திரமிருக்குமென்றால்? சக்தி, சூட்சுமம் இல்லாத ஒன்று சூக்குமமாக நின்று ரூபரூபங்களின் அபத்தங்களை காட்டிவிட்டு மறைவது, நான்கூட யாருமில்லை – நான் கூட மனிதர்களைப் புரிந்து கொள்ள மிருகங்களைப் புரிந்துகொள்ள வேண்டிய அவசியம் – வினா வரிசையில் ஒரு கேள்வி பூனையைப் பற்றி, மூன்று வருஷங்களுக்குப் பிறகு பல சில சமயங்களில் தனிமை யின் தொந்திரவு அப்படி ஒரு நாள் – ஆம், ஒரு நாள் அடுத்த அறையில் செல்கிறேன் – அங்கிருந்த கட்டிலின் மேல் விரித் திருந்த படுக்கையில் அடுத்த வீட்டுப்பூனை சுருண்டு கிடக்கிறது – என்னைக் கண்டவுடன் ஜன்னல் வழியாகக் குதித்துப் போய் விட்டது – அன்று இரவு வழக்கத்திற்கு அதிகமாகப் பிராந்தியை அருந்திவிட்டு – விளக்கை அணைத்த பிறகு நான் பேச நானே கேட்டுக்கொண்டிருக்கிறேன் – இரண்டாவது அண்ணன் என்ன சொன்னான்? "கன்னா பின்னா என்று படித்தால் ஒன்றிற்குமே உருப்படாமல் போய்விடுவாய் – "உன் பதில்" உள்ளுக்குள் சொல்லிக்கொண்டேன். "மன்னார் கோவில்". "இதிலெல்லாம் நீ நம்புகிறாயா?", "பின் இல்லாமல்." அந்தப் பூனை மிக அழகாக இருந்தது என்றே சொல்ல வேண்டும். இது என்ன? "இதெல்லாம் இப்படித்தான்." முதல் முதலில் பிராந்தி குடிக்க ஆரம்பித்ததும் இப்படியொன்றுமில்லை. பிறகு தான் ஒரு அளவிற்கு மேல் சென்றபின் அனுபவங்கள் விதவிதமாக வரத்தொடங்கின. பிரக்ஞை வெளியூடு மிதந்து கொண்டிருந்தேன். வார்த்தைகள் வந்தன. கதவுகள் திறந்தன. எனக்கு நான் மாத்திரம்தான் உண்டு என்பதைத் தெரிந்து கொண்டேன். அந்த நானும் எனக்கில்லை. உனக்குப் புரிகிறதோ என்னவோ? மஞ்சளும் வெள்ளையும் சிதறிய மேனி. அதன் மேனியில் ஒரு லயம். அது ஒரு பெண். அந்த உடல்வாக்கு. எனக்கு அவள் ஞாபகம் வந்தது. கூடவே என் இரண்டாவது அண்ணன் ஞாபகம். நான்? நான்? யார்? சாமிராவ் சாமியா? அல்லது இராஜசேகரனேதானா? யார் தான் யார்? அது தரையில் படுத்துக்கொண்டு தன முகத்தைக் கீழே வைத்துக் கொண்டு சற்றுத் தொலைவில் படுத்திருந்தது. பகல் வெளிச்சத்தில்தான். சற்றுத் தொலைவில். நான் சற்று என் இருப்பிடத்தைவிட்டு சற்றே நகர்ந்ததும் அது மீண்டும் ஓடிவிட்டது. மறுபடியும் வந்தது. திண்ணையில் அதே நிலை. கன்னா பின்னா என்று படித்ததின் விளைவு. புத்தகத்தின் தலைப்பு ஞாபகமில்லை. ஏதோ தத்துவார்த்தமான புத்தகம்.

ஒரு மனோதத்துவ விஞ்ஞான ஞானமுடையவர் எழுதியது. பூனை என்றால் பூனை. அத்துடன் ஒரு இசைவு வரவேண்டு மென்றால் – ஆடாமல் அசையாமல் ஒரு கற்சிலைமாதிரி இருந்தால் – சிலை முன் சிலையாக நிற்பது அப்படி எளிதா? "அடிப்புழுதியாகி, அடித்த சிலையாகி அது திண்ணையின் மீது. நான் சற்றுத் தொலைவில் அசையாமல் உட்கார்ந்தேன். அது என்னையே பார்த்துக் கொண்டிருந்தது. அழகாகத்தான் இருந்தது. மெல்ல எழுந்தேன். நாலடி எடுத்து வைத்தேன். அது அவ்வாறே இருந்தது. இன்னும் இரு அடிகள் எடுத்து வைத்தால், அதன் வெகு அருகில் சென்றுவிடலாம். ஒரு அடி எடுத்து வைத்தேன். ஓடிவிட்டது. அடுத்த நாள் அவளிடம் கேட்டேன் – அம்மா செத்த பிறகு எனக்கு வீட்டு வேலைக்கு உதவியாக இருப்பவள் – கிராமத்தில் எங்கள் நிலத்தை பார்த்துக் கொண்டிருந்தவன் மகள் – குழந்தை குட்டியுண்டு – கிராமச் சூழ்நிலையில் வாழ்ந்தவள் என்பதால் கேட்டேன். என்னைக் – என்ன வைத்தாலும் – கண்டாலே ஓடிவிடுகிறதே? ஏதாவது கொடுத்தால் அதை தின்னுமா? அவள் சிரித்துக்கொண்டே சொன்னாள். "ஆரம்பத்தில் – கொடுத்துவிட்டு என்பதைவிட அதன் அருகில் – அதன் கண்ணில் படும்படியாக பப்படம் அல்லது மீனை வைத்துவிட்டு, அதைத் தின்பதைப் பார்க்க நிற்காமல் (அந்த சந்தோஷத்தை அது உங்களுக்குக் கொடுக் காது), அதன் கண்ணிலிருந்து நீங்கள் மறைந்து விட்டால் அது நீங்கள் வைத்ததை மிகவும் ருசித்துத்தின்னும்", "அப்படியா?", "வேண்டுமானால் முயற்சிசெய்து பாருங்கள், அப்படியேதான்."

இரு நாட்களுக்குப் பிறகு திண்ணையிலிருந்து சற்று அகலம் உள்ள மண்சுவர் மீது அந்த வெள்ளை மஞ்சள் பூனை மிகவும் அசிரத்தையாகப் படுத்துக் கொண்டிருந்தது – என்னைப் பார்த்துக் கொண்டே. நான் திரும்பிவிட்டேன். நான் யார்? அது அதன்படி இருக்கட்டும். ஆனால் அது இப்பொழுது என்னை வேறுபடுத்தித் தெரிந்து கொள்ள ஆரம்பித்துவிட்டது. ஒரு நான்கு நாட்கள் கழிந்த பிறகு, என் நாற்காலியில் வெளி அறையில் கதவைத் திறந்து விட்டு உட்கார்ந்துகொண்டிருந்தேன். பூனை நினைவே இல்லை. திண்ணையில் சென்றதும் அந்த மண்சுவரில் அது என்னையே பார்த்துக்கொண்டிருந்ததைப் பார்த்தேன். அவள் சொன்னது ஞாபகம் வந்தது. சமையல் அறைக்குச் சென்று ஒரு பொறித்த பப்படத்தைக் கொண்டு வந்தேன். அதை, அது காண வைத்து விட்டு நான் திரும்பிச் சென்றேன். அது அதைத் தின்று கொண்டிருந்தது. நான் அதன் அருகில் போகவில்லை. அதன் பிறகு நான் அதன் வெகு அருகில்

சென்றால் தவிர அது ஓடுவதில்லை. ஒரு நாள் அது திண்ணை யில் படுத்துக் கொண்டிருந்தது. நான் சிலைமுன் சிலையாக இருந்தேன். அது தன் சிவந்த வாயைத் திறந்து என்னவோ சப்தம் செய்தது. பக்கத்தில் இருந்த அவள் சொன்னாள். "எனக்கு ஏன் இன்று தின்ன ஒன்றும் கொண்டு வைக்கவில்லை என்று கேட்கிறது." எனக்கும் அப்படித்தான் பட்டது. மறு படியும் நான் எழுந்து கிளாஸில் ஐஸ்கட்டி மிதந்துகொண்டிருந்த பிராந்தியை ஒரே மூச்சில் குடிக்க வேண்டுமென்ற ஆவலை அடக்கிவிட்டு, ஒரு சிறிய மடக்குக் குடித்துவிட்டு மீண்டும் தொடர்ந்தேன். ஒரு நாள் அந்தப் பூனையிடம், "ஏண்டி இருநாட் களாக உன்னைக் காணவில்லையே" என்று சொல்லிவிட்டு நான் ஏன் இப்படிச் சொன்னேன் என்று வியந்து கொண்டிருந் தேன். எங்கேயோ என்னவோ பிசகிவிட்டது. பிராந்தி மயக்கம்? இருநாட்கள் தொடர்ந்து குடித்தபின் ஒரு சூன்யமான மனநிலை. என் முன் சாமிராவ் சாமி – அதே நீண்ட மெலிந்த முகம். சவலை மீசை. இரக்கம் தோய்ந்த கண்கள். சாமிராவ் சாமி என்றால் எனக்கு எப்பொழுதுமே ஒரு அலாதிப் பிரியம். ஒரு வேளை அவன் பெயரே இதற்கு ஒரு காரணமாக இருக்கலாம். பிறகு அவன் தத்துவத்தை இஷ்டபாடமாக எடுத்துப் படித்தது இன்னொரு காரணமாக இருக்கலாம். ஆனால் சாமிராவ் சாமி காத்திருக்கட்டும். ஒரு வாரமாக இந்தப் பூனையைக் காண வில்லை. தொடர்பு என்பதுகூடத் தொடர்பின்மையின் மூலம் உறுதி பெறுகிறது.

வீட்டில் நடுக்கூடத்தில் நான் உட்கார்ந்திருந்தேன். பகல் 2 மணி. நல்ல வெயில். வெளிக்கதவின் அருகில் காச்சு மூச்சென்று ஒரே சப்தம். அவளைக் கூப்பிட்டு "என்ன சப்தம்?" என்று கேட்டேன். அவள் வெளியில் சென்று, சற்று நேரம் கழித்துத் திரும்பி வந்து, "அந்தக் கடுவன் பூனை அந்த வெள்ளை மஞ்சள் பூனையை தேகோபத்ரவம் செய்து கொண்டிருக்கிறது" என்று சொல்லிவிட்டுப் போனாள். சற்று நேரங்கழித்து வெளிவாசலிலிருந்து அந்த வெள்ளை மஞ்சள் பூனை அம்பு விட்டது மாதிரி விரைவாக மிகவும் உற்சாகத் துடன் வாசல்படிக்கு அருகில் வந்து வலப்பக்கம் திரும்பி மண்சுவரின் மேல் படுத்துக்கொண்டது. நான் சொல்லி வைத்த மாதிரி சமையல் அறை சென்று ஒரு பொரித்த பப்படத்தை வாசல் படியில் வைத்துவிட்டுக் கூடத்தில் திரும்பி வந்து உட்கார்ந்தேன். அது பப்படத்தைச் சீக்கிரமாக தின்றுவிட்டுப் படிமேல் ஏறி இரு முறை வாயைத் திறந்து சப்தம் செய்தது. நான் "இனிமேல் இல்லை. இவ்வளவுதான்" என்று சொன்னதும் சற்றுநேரம் உட்கார்ந்துவிட்டுத் திரும்பிப் போனது. தொடர்பு என்பதே

தொடர்பின்மையைப் பொறுத்துத்தான் இருக்கிறது என்று சொல்லிக்கொண்டேன். என்ன? தெரிகிற மாதிரி இருக்கிறதா? அல்லது தெரியவே இல்லையா? எல்லாமே இப்படித்தான் என்று வைத்துக் கொள்ளுங்கள். மாலை 5 மணி இருக்கும். எதிர்பாராதவிதமாக சாமிராவ் சாமி வந்தான். இருவரும் நடுக் கூடத்தில் நாற்காலியில் எதிரும் புதிருமாக உட்கார்ந்திருந்தோம். சற்று நேரங்கழித்து சாமிராவ் சாமி என்னிடம் கேட்டான்.

"இங்கு ஒரு வெள்ளை மஞ்சள் பூனை வளைய வருமே. அது எங்கே காணவில்லை?"

எனக்கு இதைக் கேட்டதும் ஒரு விதமான உற்சாகம் ஏற்பட்டது என்றுதான் சொல்ல வேண்டும். நான் சொன்னேன். "சற்று முன்தான் இங்கு வந்து என்னை 'மிரட்டி' தனக்குச் சேர வேண்டிய ஒரு பப்படத்தை வாங்கிக் கொண்டு போயிற்று."

"அப்படியா?"

"அப்படியேதான்."

"நீ இதைப் பற்றியெல்லாம் என்ன நினைக்கிறாய்?"

"தொடர்பின்மை மூலம்தான் தொடர்புகூடத் தொடர் கிறது."

"இதை மனிதர்கள் விஷயத்திலும் உன்னால் காப்பாற்றிக் கொள்ள முடிகிறதா?"

"இந்த 60ஆவது வயதில்தான் இது அவசியம் என்று தோன்றுகிறது."

"பூனையிடமிருந்து இன்னும் என்ன கற்றுக்கொண்டாய்?"

"ஒருவித பயமின்மை. ஒரு அலட்சிய மனோபாவம்."

"உனக்கு ஒன்று தெரியுமா?"

"என்ன?"

"இந்த மஞ்சள் வெள்ளைப் பூனை மிகவும் அழகாக இருக்கு இல்லையா?"

"ஆமாம். நான் கூட ஒரு முறை அதனிடம், 'ஏண்டி உன்னை இரண்டு நாட்களாகக் காணவில்லையே' என்று கேட்டேன்."

"இனியும் ஒன்று. அந்தப் பூனையை அதன் சுபாவம் அறிந்து, அதை அதாக அறிந்து கொண்டபிறகுதான் இந்தப் புரியுந்தன்மை ஏற்பட்டது."

"மேலும்?"

"மேலும்?"

"நீ அந்தக் கடுவன் பூனையைப் பார்த்திருக்கிறாயா? சாம்பலும் கறுப்புமாக அந்த மஞ்சள் வெள்ளைப் பூனையைப்

போல் இல்லாமல் மிகவும் குரூரமாகவும் உறுதியாகவும் அது காணப்படுகிறது. பூனை இல்லை இது புலி என்று சொல்லத் தோன்றும் வண்ணம். இது மென்மை என்றால் அது கடினம். இது மிருது என்றால் அது முரடு. இவைகளுக்கிடையில் இருக்கும் உறவு."

"இன்னும்?"

"இன்னும் என்ன? இந்த இரு பூனைகளும் சரி; எனக்கு நிறையவே கற்றுக்கொடுத்து விட்டன. ஒருவித பயமின்மை, தன் நிச்சயம்."

"தன் - நிச்சயம்."

"ஆம் தன் நிச்சயம். ஒரு எழுத்தாளன் என்ற வகையில் எனக்குத் தன் இச்சை என்றால் என்ன என்று தெரியும். ஆனால் அது மாத்திரம் போதாது."

"பின்?"

"இந்தப் பூனைகளுக்கு உள்ளது போல் ஒருவித பயமின்மை, ஒரு அலட்சிய பாவம் எல்லாம் வேண்டும். எழுத்தாளனுக்கும் பாலும் புலாலும் அவசியம் என்று வைத்துக்கொள்."

"நானே பேசிக்கொண்டிருக்கிறேன். நீ ஏதாவது பேசேன்."

"என்ன பேசவேண்டும். சரி. மேலும் நீ கவனித்திருப்பாய். அதற்கும் ருசி, அருசிகள் உண்டு. உரப்புப் பதார்த்தங்களை அது விரும்பித் தின்னும்; ரொட்டித் துண்டைச் சில சமயம். அதன் கண்களை உற்றுப் பார்த்தால் அதில் சிநேகத்தின் மிருதுத் தன்மை கிடையாது. ஒன்று மாத்திரம் சொல்ல விரும்புகிறேன். இந்தப் பூனை அழகாக இருக்கிறது இல்லையா. இருக்கட்டும். உன்னைவிட்டு எப்பொழுதும் ஒதுங்கித்தான் இருக்கும். ஆனால் அதற்கு நீ தினம் தினம் பப்படமும் மீனும் கொடுத்துக்கொண்டே இருந்தால் அது அடிக்கடி உன்னிடம் ஒட்டிக்கொள்ள வருவது அதன் இலாபத்தை உத்தேசித்து என்று வைத்துக்கொள். ஆனால் நான் இதற்கெல்லாம் உன்னையோ அதையோ குற்றம் சாட்டவில்லை. நீ சொன்ன ஒரு தகவல் இன்னும் என் மனதில் வளைய வருகிறது. ஒருமுறை நீ உன் நண்பர்களுடன் இரவு பத்துமணிக்கு வீட்டில் நுழைந்தவுடன் முதல் அறையில் பேசிக் கொண்டிருக்கையில் வெளிவாசலை அகஸ்மாத்தாகப் பார்த்த பொழுது அந்த மஞ்சள் வெள்ளைப் பூனை அங்கு மண்டி இட்டு உட்கார்ந்திருப்பதைப் பார்த்தாய். அது உன்னுள் ஒரு விவரிக்க முடியாத உணர்ச்சியை ஏற்படுத்தியதாகச் சொன்னாய். அதை என்னால் புரிந்துகொள்ள முடிகிறது. உன் தனிமை உணர்ச்சி, மனித உறவுகளில் ஏற்பட்ட கசப்பான அனுபவங்கள்,

இவையெல்லாம் சேர்ந்து இந்த உணர்வை ஏற்படுத்தியது. ஆனால் நீ சொன்னதிலிருந்துதான் நான் சொல்கிறேன். அது உன் வீட்டில் உன் அறைக்கு அடுத்த அறையில் படுத்துக்கொள்வதற்குத்தான் வந்திருக்க வேண்டும். உறவுகள் எல்லாவற்றிலும் ஒருவரைக் கண்டால் ஒருவருக்கு சந்தேகம், பயம் எல்லாம்தானே இருக்கின்றன. மனிதரானாலும் சரி, பூனையானாலும் சரி. ஆனால் அந்தப் பூனை உன்னை வேறு பிரித்து அடையாளங் கண்டுகொண்டிருந்தது என்பதையும் நான் மறக்கவில்லை. நாம் எல்லோருமே பலமும் பலவீனமும் உள்ளவர்கள்தான். நம்மால் மாத்திரம் நாமாக இருக்க முடியுமென்றால்."

"மீண்டும் சொல்கிறேன், சாமி ராவ் சாமி நீ சாமி ராவ் சாமிதான். நீ சொல்வதற்குக் கூட இந்த சரி – தப்பு, நன்மை – தீது என்ற வரையறைகளைத் தாண்டி, இந்தப் பூனை மாதிரி நமக்கும் ஒரு விழிப்புணர்ச்சியுடன் இருக்க முடியுமென்றால்..."

"நீ சொன்னதைப் பார்த்தால் உங்கள் வீட்டிலும் ஒரு பூனை இருக்க வேண்டும் என்று தோன்றுகிறது. அனுபவம் கூடக் கூட ஒரு திட்டமான முடிவுக்கு வர முடியவில்லை. இந்தப் பூனை இப்பொழுதெல்லாம் என்னைப் பார்க்கும் பொழுதெல்லாம் "மியாவ், மியாவ்" என்று கத்துகிறது. என்னுடன் அது அடிக்கடி பேச விரும்புகிறது என்று நினைக்கிறேன். ராத்திரி என் பக்கத்து அறையில் படுக்கை அறையில் கூட எழுந்து ஓடுவதில்லை. நான் இல்லாத சமயம் என் அறையிலேயே வந்து படுத்துக் கொள்கிறது. தினம் தினம் இங்கு வருகிறது. அதன் அளவு அது என்னை ஏற்றுக்கொண்டு விட்டது. இதற்கெல்லாம் தொடக்கம், 'சிலை முன் சிலையாக' நான் என்னைப் பழக்கிக் கொண்டதுதான் காரணம் போலும். அது இப்படி என்னிடம் இருப்பதும் எனக்கு ஒரு ஆசுவாசமாகத்தான் இருக்கிறது என்று வைத்துக்கொள். அதற்கு என்னிடம் முழுவதும் என்று சொல்ல முடியாவிட்டாலும் ஓரளவு நம்பிக்கை வந்து விட்டது என்றே தோன்றுகிறது."

"எனக்கு இன்னும் குழப்பமாகவே இருக்கிறது."

"நீ சொன்னதையே நான் உனக்குத் திருப்பிச் சொல்கிறேன். நான் சாமி ராவ் சாமி என்றால் நீ இராஜசேகரன்தான்."

"பிடிப்பு அல்லது அன்பு அல்லது உறவு என்று வைத்துக் கொள். நம்மைப் போல் அதுவும் வழக்கத்திற்கும், பழக்கத்திற்கும் அடிமை என்றாலும் அது அதுவாகவே இருக்கும் தன்மை."

"இராஜசேகரா?"

"என்ன?"

“இதையெல்லாம் நான் அறிந்து கொண்டது என் மனதைத் தாண்டிய பிறகுதான் என்று வைத்துக்கொள்.”

“அப்படி என்றால்?”

“மனதிற்கு மேல்பட்டது, பிரக்ஞைக்கு அப்பால்பட்டது ஒன்றும் இருக்கிறது. இருக்கிறது என்றே தோன்றுகிறது இப்பொழுது – இப்பொழுது நீ சமையல் அறையிலிருந்து அதற்குப் பப்படம் கொண்டு வருவதைப் பார்த்த அது, சமயம் கிடைக்கும் பொழுதெல்லாம் தானாகவே சமையல் அறைக்குப் போவதைப் பார்த்திருப்பாய் இல்லையா?”

“அது இப்பொழுது அநேகமாகத் தினசரி என்றுகூட வைத்துக்கொள்ளலாம் – நீ இருக்கும் இடத்திலேயே அது காணப்படுகிறது. இதிலும் ஒருவித மிகச் சூட்சுமமான காரியம் இருக்கிறது என்பதை மாத்திரம் நாம் அறிந்துகொள்ள முடியுமென்றால் நமது விருப்பு – வெறுப்புகளைத் தாண்டியும் விஷயங்கள் இருக்கின்றன.”

“உனக்கு ஏபிள் தாம்ப்ஸனைத் தெரியுமா?”

“தெரியும்; கெட்டிக்காரன்.”

“நீ அந்தத் தேச முன்னேற்றச் சட்டம் (286) பற்றி என்ன நினைக்கிறாய்?”

“ஏன்?”

“நான் அதை உபயோகப்படுத்திக்கொள்ள விரும்புகிறேன்.”

“அதாவது உன்னைப் பைசலாக்கிக் கொள்ள விரும்பு கிறாய். அப்படித்தானே?”

“தான்.”

“உனக்கு ஒன்று தெரியுமா?”

“என்ன?”

“உனக்கும் எனக்கும் மாத்திரமில்லை. பலருக்கும் இம்மாதிரி ஆசை தோன்றாமல் இருந்ததில்லை. தோன்றியும் அவர்களில் 98 சதமானம் இந்த ஆசையைத் தவிர்த்திருக்கிறார்கள்.”

“அதனால்?”

“இதெல்லாம் மனதின் இயல்பு. இதையெல்லாம் நீ அறிந்திருந்தால் இந்த மாதிரி முயற்சிகளில் இறங்கியிருக்க மாட்டாய்”

“மேலும்...”

“மேலும்?”

“உனக்குத் தெரியும்தானே. இப்பொழுதெல்லாம் ஓரளவுக்கு

என் மனதிற்கு இசைந்தவர்களுடன் மனம் விட்டுப் பேசும் பழக்கத்தை ஏற்படுத்திக்கொண்டிருக்கின்றேன். அதனால்...”

“அதனால்.”

“நான் அப்படி உறவு வைத்துக் கொள்ளாதவர்களையும் என்னால் புரிந்துகொள்ள முடிந்திருக்கிறது. அப்படி?”

“அப்படி?”

“அப்படி நான் பேசிப் பழகியவர்களில் – சமீபத்தில் முதல் முறையாக, ஏன் முதல் முறையாக என்று சொல்ல வேண்டும். முதலாவதாகவும் கடைசியாகவும் என்று வைத்துக்கொள். ஒருவர் ஆர். கேசவன்”

“யார் இந்த ஆர். கேசவன்?”

“உனக்குத்தான் தெரியுமே – இந்தியா சுதந்திரமடைந்த பிறகு, நம் பிரக்ஞையில் படும்படியாக பலரும் ஆப்ரிக்கா, அமெரிக்கா என்று போய்க்கொண்டிருக்கிறார்கள்.”

“ஏன்?”

“படிப்புக்காகப் பணத்திற்காக, படிப்பின் மூலம் பணத்திற் காக வசதிகளுக்காக இப்படியாக இப்படியாக”

“இந்த ஆர். கேசவன்?”

“மூளையின் அபிவிருத்திகூட வாழ்க்கையின் சௌகரி யத்திற்காக, என்றாலும்...”

“என்றாலும்?”

“அவர் வாழ்க்கை விளிம்பில் நடந்தாலும் அதைத் தாண்ட முயற்சிக்கவில்லை.”

“புரிகிறமாதிரி இருக்கிறது.”

“ஆனால் அவர் சொன்ன ஒன்று என்னை மிகவும் கவர்ந்தது.”

“அது?”

“அவர் சொன்னார். நம் எல்லோருக்கும் ஆசைகள் இருக்கிற அளவுக்கு தகுதிகளைத் தன்மைகளாக மாற்றிக் கொள்கிற பயிற்சி இல்லை என்று – சிந்தனைக்கும் செயலுக்கும் ஒரு தொடர்பு இருப்பதாக...”

“ஏன் பேசாமல் இருக்கிறாய்?”

“அவர் சொல்வதெல்லாம் சரியாக இருக்கலாம்.”

“ஆனால்?”

"ஆனால்?"

"சுவர்களை எழுப்பிக்கொண்டு என்னால் சொந்தமாக வாழ முடியுமென்று எனக்குத் தோன்றவில்லை. என்னையே நான் தேட முயற்சி செய்துகொண்டிருக்கிறேன்."

இதைச் சொல்லிவிட்டுச் சாமிராவ் சாமி போய்விட்டான்.

நான் மீண்டும் தனியாகி விட்டேன். சமீபத்தில் நான் காஃப்காவின் அரண்மனை, விசாரணை, அமெரிக்கா, மாறுதல் முதலிய புத்தகங்களைப் படித்தேன். காஃப்கா கவர்ச்சிகரமாக இருந்தாலும், மனிதன் எப்பொழுதுமே ஒரு குற்ற உணர்ச்சியுடன் இருக்கிறான் என்பதை என்னால் ஏற்றுக்கொள்ள முடிய வில்லை. ஒருவகையில் காஃப்காவும் அதை ஏற்றுக்கொள்ள வில்லை என்றே நினைக்கிறேன். அரண்மனையில் இடம் கிடைக்கவில்லை. விசாரணையில் கொல்லப்படுகிறான்; அமெரிக்கா ஆதர்ச உலகமில்லை; மாறுதலில் மனிதன் பூச்சியாகிறான். பிறகு இந்தப் பால் உறவு விஷயம். ஆனால் அவன் தேடல் முடியவில்லை. காஃப்கா வாழவில்லை என்று எப்படிச் சொல்ல முடியும்?" எவ்வளவோ பார்த்தாகிவிட்டது. எனக்குத் தூக்கம் வருகிறது. இந்த உறக்கத்தில் இனி கனவுகள் இல்லை. இந்த உறக்கம் கலைவதையும் நான் விரும்பவில்லை. இந்த அடிப்படையில் நான் இந்தத் தே.மு.ச.(286)வை உபயோகிக்க விரும்பவில்லை என்று இந்த என் வாக்குமூலத்தை முடித்துக்கொள்கிறேன்.

V

அந்த அறையில் தே.மு.ச (286) பரிசீலனைக்குழு கூடியிருந்தது. அங்கத்தினர் மன்றாடி வாசுதேவன் (சட்ட நிபுணர்) வாசுதேவசாஸ்திரிகள் (டாக்டர்), வி.கெ.பிள்ளை (மனநோய் மருத்துவர்), உன்னி நாயர் (அரசியல் ஞானி), இவர்கள் உட்கார்ந்திருந்தார்கள். இந்தக் குழுவிற்கு மத்திய அரசாங்கத்தின் உத்தரவுப்படி தலைமை வகித்தது ஏபிள் தாம்ப்ஸன். தே.மு.ச (286) பற்றிய சர்ச்சை தொடங்கியது. ஆரம்பப் பேச்சை ஆரம்பித்தது ஏபிள் தாம்ப்ஸன்தான். அவன் சொன்னான். "உங்களுக்குத் தெரிந்த விஷயத்தைத்தான் சொல்லப் போகிறேன். இந்தச் சட்டத்தைக் கொண்டு வந்த பொழுது நான் எதிர்பார்த்த ஆதரவு – நம் நாடு சுதந்திரம் அடைந்த நிலையிலும், சராசரி வயது அதிகமாயிருந்த நிலையிலும் – 100 (நூறு) ஆட்கள்தான் முன் வருவார்கள் என்று. ஆனால் அதையும் அப்படியே ஏற்றுக்கொள்ளாமல் அச்சுப்பதிப்பு 50 (ஐம்பது) மாத்திரம் அச்சிடப்பட்டன. ஆனால் நமக்குக் கிடைத்த அபேட்சைகள் 10 (பத்து) மாத்திரம் என்பது உங்களுக்குத் தெரியும். இவைகளை நீங்கள் எல்லோருமே படித்திருப்பீர்கள். இவைகளைச் சர்ச்சை செய்யலாம் என்று நினைக்கிறேன்."

"மன்றாடி, நீங்கள் என்ன சொல்கிறீர்கள்?"

"ஓ, செய்யலாமே! முதலில் அ.தைரியநாதனின் அபேட்க்ஷையை எடுத்துக் கொள்ளலாம். அவர் வாக்குமூலத்தில் சொல்கிறார்; நமது திட்டப்படி ஒருவனைத் தற்கொலை செய்யத் தூண்டுவதும், அதை அவனுக்காக, நாம் அவனைக் கொல்வதும் தற்கொலையைக் கொலையாக மாற்றுவதாகும்."

"இதைப் பற்றி மன்றாடி நீங்கள் என்ன நினைக்கிறீர்கள்."

"சட்டபூர்வமாக இது மிகவும் ஒரு சுவராஸ்யமான விஷயம்."

"எப்படி?"

"ஒரு அடிப்படையில் தற்கொலை என்பதுகூடத் தன் வழி

இன்னொருவனைக் கொண்டுவர ஒரு ஆக்கிரமிப்புதான்."

"மாத்திரமன்று – தைரியநாதனின் இன்னொரு வேண்டு கோள் – எதிர்பாராத சமயத்தில் தன்னைக் கொல்ல வேண்டும் என்கிறான்." இதைச் சொல்லிவிட்டு ஏபிள் தாம்ப்ஸன், வாசுதேவ சாஸ்திரியை உற்றுப் பார்த்துக் கொண்டிருந்தான். அவர் தன் கைவிரல்களை மடக்கிக் கொண்டு அவைகளின் நகங்களைப் பார்த்துக் கொண்டிருந்தார். அவன் அவரைப் பார்த்துக் கேட்டான்: "சாஸ்திரிகள், என்ன முடிவு எடுக்கலாம்?"

"இவன் ஒரு கோழை. இவன் வாழ்வுக்கும், சாவுக்கும் உள்ள தொடர்பை இந்தத் தே.மு.ச(286) அடிப்படையில் புரிந்து கொள்ளவில்லை. பாதகமான முடிவுதான் சரி."

"எனக்கும் அப்படித்தான் தோன்றுகிறது. பிறகு அடுத்தது சிவகுருநாதன்."

"என்ன மன்றாடி, நீங்கள் இவர் வாக்குமூலத்தைப் படித்திருக்கிறீர்கள்?"

"ஆமாம்."

"என்ன சொல்கிறீர்கள்?"

"நீங்கள் ஏன் என்னிடம் இந்தக் கேள்வி கேட்கிறீர்கள் என்று தெரியும். சிவகுருநாதன் தன் வாக்குமூலத்தில் தற்கொலை செய்து கொள்ள முயற்சி செய்வது சட்ட பூர்வமாகக் குற்றமென்றால், இந்தச் சட்டமே செல்லுபடி ஆகாது என்று நினைப்பது போல் தோன்றுகிறது." இதைச் சொல்லிவிட்டு மன்றாடி பேசுவதை நிறுத்தினார்.

ஏபிள் தாம்ப்ஸன் அவரைப் பார்த்து வருமாறு சொன் னான். "நீங்கள் என்ன சொல்லப்போகிறீர்கள் என்று எனக்குத் தெரியும். இங்கிலாந்தில் என்றுதான் நினைக்கிறேன். தற்கொலை பற்றிய சட்டம் 1961இன்படி தற்கொலை செய்ய முயற்சி செய்வது குற்றமில்லை என்று சொன்னாலும் தற்கொலை செய்யத் தூண்டுவது சட்ட பூர்வமாக ஒரு குற்றம்தான். எனவே சிவகுருநாதன் இந்தக் கேள்வியை எழுப்புகையில்..."

இதைக் கேட்டதும் மன்றாடி சிரித்தார். ஏபிள் தாம்ப்ஸன் அவரிடம் கேட்டான், "ஏன் சிரிக்கிறீர்கள்?"

"இந்தச் சட்டம் அடிப்படைத் தவறென்றால் இதை உபயோகிக்க முன்வருபவனும் சிக்ஷைக்கு உட்படுகிறான்."

"சாஸ்திரிகள், நீங்கள் என்ன சொல்கிறீர்கள்?"

"நான் என்ன சொல்ல. மனித மனதின் தன்மையை யார்

அறியமுடியும்? விடுபடாத ஒரு புதிர். எனவே அதற்கிணங்கி உருவாகும் சட்டங்களும் அவ்வாறு இருப்பதும்."

"மன்றாடி, இந்தச் சிவகுருநாதன் ஏன் இந்தச் சட்டத்தை உபயோகிக்க விரும்புகிறார்?"

"அதுதான் எனக்குப் புரியவில்லை. இவருக்கு இப்பொழுது வயது 65. இவர் தனது 40ஆவது வயதில் ஒரு பெண்ணைக் காதலித்ததாகவும் – அவள் பெயரை அவர் குறிப்பிடவில்லை – பிறகு இவருக்குக் கல்யாணம் நடந்ததாகவும் பிறகு இவருக்கு வாரிசு இல்லாமல் இவர் மனைவி இறந்ததாகவும், இதே சமயத்தில் அந்தப் பெண் இறந்ததாகவும், அடுக்கிக்கொண்டே போகிறார்."

"விஷயத்திற்கு வாருங்கள்."

"தான் Dante படித்திருப்பதாகவும் தானும் டான்டே பியாட்ரஸை சொர்க்கத்தில் சந்தித்த மாதிரி இந்தப் பெண்ணைச் சொர்க்கத்தில் சந்திக்க விரும்புவதாகவும் எழுதியிருக்கிறார்."

"மன்றாடி, இதைப்பற்றி நீங்கள் என்ன நினைக்கிறீர்கள்?"

"இவன் ஒரு பைத்தியம்."

"சாஸ்திரிகள்."

"புற அளவுகோல்களை வைத்துக் கொண்டுதான் பைத்தியம், பைத்தியம் இல்லை என்று நினைக்கிறோம். ஆனால் ஒவ்வொருவன் மனதில் என்ன நடக்கிறது என்பதை எடுத்துக் கொண்டால்..."

"இங்குதான் சட்டம் குறுக்கிடுகிறது."

"அதைப் பற்றியும் எனக்கு முடிவாக ஒன்றும் கூற முடியவில்லை."

"ஏன்?"

"எனக்கு என்ன சொல்வதென்று புரியவில்லை. இந்த நூற்றாண்டில் எவ்வளவோ தத்துவங்களும், வாதங்களும் அரசு செலுத்துகின்றன. மனிதனே ஒரு அதிகப்பற்று, ஒரு தத்துவப்படி. ஜப்பானில் சைன்ய வாழ்க்கையில் தற்கொலை ஒரு அங்கீகரிக்கப்பட்ட ஒரு ஏற்பாடு. புத்தமா ஜைனமா வடக்கிருத் தலைப் பற்றிப் பேசுகிறது. பிறகு மதிப்பீடுகளே இல்லை என்று ஒரு வாதம். இதையெல்லாம் எனக்குப் புரிந்து கொள்ள முடிகிறது. ஆனால் இந்தத் தத்துவங்களை வேறுபடுத்தி, வாக்கிய அமைதிகளாக மாற்றி நாமும் நம்மை உட்படுத்திக் கொள்ள வேண்டும் என்பதை என்னால் ஏற்றுக்கொள்ள முடியவில்லை.

கலியுகத்தில் இதெல்லாம் இப்படித்தான் இருக்குமோ என்னவோ? மேலும்...”

“மேலும் என்ன, சாஸ்திரிகளே?”

“சிவகுருநாதன் டான்டேயைப் பற்றிப் பேசுகிறார். இவர் டான்டேயைப் படித்திருக்கிறாரா என்பதே எனக்குச் சந்தேகமாக இருக்கிறது. கேட்கப்படுவதெல்லாம் கேள்வி ஞானம் இல்லை என்று வைத்துக்கொள்ளுங்கள்.”

“அப்படி என்றால்?”

“எதில் விஷயம் இருக்கிறதோ அதுதான் உன் காதில் விழுகிறது. அதுகூட பரிசீலனைக்குப் பின்தான், ஏற்றுக் கொள்ளப்படுகிறது.”

“புரிகிறமாதிரி இருக்கிறது.”

“டான்டேயின் நரகத்தில் தற்கொலை செய்து கொண்டவர்கள் வற்றல் மரங்களாக மாறி நிற்கிறார்கள். இந்த மரங்களின் கிளைகளை ஒடித்தால் ரத்தம் சொரிகின்றன. எனவே?”

“என்னால் உங்களைப் புரிந்துகொள்ள முடிகிறது. சிவகுருநாதன் விஷயத்தில் என்ன முடிவு எடுக்கணும்?”

“அவர் இந்த 65 ஆவது வயதிலும் கனவு உலகத்திலேயே சஞ்சரித்துக் கொண்டிருக்கிறார். இன்னும் அடிபடட்டும். பாதகமான முடிவுதான் சரி.”

“எனக்கும் அப்படித்தான் படுகிறது.”

“அடுத்தது?”

“சங்கரன்.” இதைச் சொன்னவர் டாக்டர் வி.கே.பிள்ளை.

“அவன் வாக்குமூலம். எனக்கு ஒன்றும் திட்டமாகக் கூறமுடியவில்லை. அவன் வாக்குமூலத்தைப் படித்ததும் அவன் ஒரு கலைஞனாக இருக்க வேண்டும் என்று தோன்றியது. அப்படி அவன் ஒன்றும் எழுதியிருப்பதாகவும் தெரியவில்லை. அவன்கூட எழுதியிருக்கிறான் – ஒருவேளை தான் மனம் பேதலித்த நிலையில் இல்லையோ என்று அவனுக்கே தோன்றாமல் இருந்ததில்லை என்று. அவனுக்கு டயரி எழுதும் பழக்கம் உண்டு என்று தெரிகிறது. அவன் எழுதியிருக்கிறான். கொஞ்ச கால மாகவே தனக்குத் தன்னைச் சஞ்சலப்படுத்தக்கூடிய அனுபவங்கள் ஒன்றன் பின் ஒன்றாக வந்து கொண்டிருக்கின்றன என்று. முதன் முதலாகத் தான் பலவிதக் கசப்பான அனுபவங்களுக்கு ஆட் பட்டபின் ஒரு நாள் சைக்கிளை எடுத்துக்கொண்டு வெளியில் போகும் பொழுது சற்றுப் பாதை மேடானதால் சைக்கிள் சற்றுத்

தடைபட யாரோ தன் சைக்கிளைப் பின் இருந்து இழுத்தது போலத் தனக்குத் தோன்றியதாம். இன்னொரு சமயம் அவன் வீட்டில் இவன் அறையில் வைத்திருந்த ஒரு மூலையில் ஒரு சிறிய வெங்கல விக்ரகம் காணாமல் போனதை இவனுக்கு முதலில் சுட்டிக்காட்டியது இவன் மனைவிதானாம். அப்பொழுது அவள் சொன்னாளாம், இப்படி நீங்கள் சுற்றி இருக்கும் உலகைப் புறக்கணித்தால் உங்களுக்கு ஏதாவது அசம்பாவிதமாக நேர்ந்து விடும் என்றாளாம். இதையெல்லாம் விட அவனுக்கு இப்பொழுது கொஞ்ச காலமாகத் தான் ஒரு மேஜையாகி விட்ட தாகவும் அதன் மீது தன்னால் பொறுக்கமுடியாத தட்டுமுட்டுச் சாமான்கள் அடுக்கப்படுவதாக ஒரு பிரமை; இன்னொரு கட்டத்தில் தான் ஒரு சவிட்டு மெத்தையாகி விட்டதாக ஒரு பிரமை என்றும் தோன்றியதாம். ஆனால் இவ்வளவையும் படித்த பிறகும் இவன் ஒரு மனநோயாளி என்று சொல்ல முடியவில்லை." டாக்டர் வி.கே. பிள்ளை நிறுத்தினார்.

இப்பொழுது சாஸ்திரிகள் தொடர்ந்தார். "வாக்குமூலத்தில் இதன்பின் அவன் எழுதியிருப்பதை நீங்கள் படித்திருப்பீர்கள். அவன் எழுதுகிறான்; நான் ஒரு வேளை செயல்ரூபம் ஆகாத ஒரு கலைஞனாக இருக்கலாமோ என்று எனக்குத் தோன்றாமல் இருந்ததில்லை. இந்த மேஜை, சவிட்டு மெத்தை இவைகளைப் பற்றி எழுதிய பிறகுதான் எனக்குத் தோன்றியது. மொழி அளவில் இவை சில மனநிலைகளைச் சித்தரிக்கின்றன. ஏனென்றால் எந்த மனிதனும் எப்படி ஒரு மேஜையாக, ஒரு சாட்சாத் சவிட்டு மெத்தையாக மாறமுடியும்." இதைச் சொல்லிவிட்டுச் சாஸ்திரிகள் தொடர்ந்தார். "இதனால்தான் எனக்கு இவன் ஒரு பைத்தியம் இல்லை என்று தோன்றுகிறது."

இப்பொழுது ஏபிள் தாம்ப்ஸன் குறுக்கிட்டான்.

"பின் ஏன் இவன் தற்கொலை செய்துகொள்ள விரும்புகிறான்?"

"நீங்களும்தான் அவன் வாக்குமூலத்தைப் படித்திருப் பீர்கள். அவன் சொல்கிறான். 'எனக்கு வந்து நான் இரு வேறு உலகங்களில் சஞ்சரிக்கிறோம் என்ற தடுமாற்றம் அதிகரித்துக் கொண்டிருப்பதால் தன்னையே பைசலாக்கிக் கொள்ள விரும்புவதாக முடிக்கிறான்'" என்று டாக்டர் வி.கே.பிள்ளை சொன்னார். ஏபிள் தாம்ப்ஸன், "சாஸ்திரிகள், என்ன சொல்கிறீர்கள்?"

"இந்தக் காலத்தில் இந்த ஒரு மாறுபட்ட நிலை எல்லாக் கலைஞர்களுக்கும் சகஜம். நாம் ஒன்றும் செய்ய வேண்டிய தில்லை. இவன் ஒரு கட்டத்தில் அல்லது இன்னொரு கட்டத்தில்

தன்னை ஒரு கலைஞனாகவே ஸ்தாபித்துக்கொண்டு விடுவான்."

ஏபிள் தாம்ப்ஸன், "அடுத்தது?", "சேஷன்."

"இவன் என்ன சொல்கிறான்?"

டாக்டர் வி.கே. பிள்ளை: "எனக்கு வரவர இப்பொழு தெல்லாம் யார் பைத்தியம், யார் பைத்தியம் இல்லை என்று சொல்ல முடியவில்லை."

"ஏன்?"

"யாருக்குத்தான் இந்த சேஷனைத் தெரியாது. இந்த நாட்டில் உள்ள, இருந்திருந்த எல்லா மந்திரி சபைகளிலும் இவன் இருந்திருக்கிறான். கட்சிக்கு கட்சி மாறினாலும் எல்லா மந்திரி சபைகளிலும் இவனுக்கு இடம் உண்டு. இதில் எல்லாம் ஆச்சரியம் இவன்தான் லஞ்சம், ஊழல் ஒழிப்புக்குள்ள திட்டத்தைக் கொண்டு வந்திருக்கிறான்." இதைக் கேட்டதும் சாஸ்திரிகள் சிரித்தார். டாக்டர் வி.கெ. பிள்ளை கேட்டார்.

"ஏன் சிரிக்கிறீர்கள்?"

"இவன் இல்லாவிட்டால் இவன் பிள்ளை; இல்லாவிட்டால் இவன் மருமகன்; இல்லாவிட்டால் இவன் சிநேகிதன். இதெல்லாம் தெரிந்ததுதான்."

"இல்லாவிட்டாலும் அரசியலில் ஊழலை அறவே ஒழிக்க முடியும் என்று நீங்கள் நினைக்கிறீர்களா?" இது உன்னிநாயர்.

"முடியாது. அதனால்தான் சேஷனுக்குக் கூட ஒரு சந்தேகம். அவன் கண்ணெதிரே அவன் குடும்பத்தினர் பலரும் பலவிதமாகப் போய்க்கொண்டிருந்தார்கள். ஒரு மகன் கூட அவனை ஏகவசனத்தில்தான் அழைப்பான்."

"ஆனால்?"

"ஆனால்?"

ஏபிள் தாம்ப்ஸன் "அவன் ஏன் தற்கொலை செய்து கொள்ள விரும்புகிறான்?"

உன்னிநாயர்: "அது கூட ஒரு ஆச்சரியமான விஷயம். அவன் வாக்குமூலத்தில் எழுதியிருக்கிறான். கொஞ்ச நாட்களாக எனக்கு எதையும் எவரையும் நம்பமுடியவில்லை. இந்த நிலைமையை எனக்குச் சகிக்க முடியும் என்று தோன்றவில்லை. ஆனால் அதே சமயம் என் மனதில் ஒரு கேள்வி சுற்றிக் கொண்டே இருக்கிறது. ஒரு ரூபாய் முக்கியமா ஒரு மனிதன் முக்கியமா என்று என்னைக் கேட்டால் நான் ஒரு ரூபாய் என்றுதான் சொல்வேன். என்னை ஒரு ரூபாயாக, ஒரு நோட்டாகவோ, ஒரு நாணயமாகவோ மாற்றிக் கொள்ள விரும்பு

கிறேன். இது முடியாது என்பதனால்தான் தற்கொலை செய்துகொள்ள விரும்புகிறேன்."

"என்ன, சாஸ்திரிகள், என்ன சொல்கிறீர்கள்?"

"நாம் ஒன்றும் செய்ய வேண்டாம். இவன் செல்வாக்குக் கூடிய சீக்கிரம் இல்லாமல் போய்விட்டால் இவன் தற்கொலை செய்துகொள்வான். இதில் எது நடக்கும் என்று சொல்வதற்கில்லை. பாதகமான முடிவுதான் சரி."

ஏபிள்தாம்ப்ஸன், "அடுத்தது?"

மன்றாடி, "சீனிவாசன்."

தாம்ப்ஸன், "ஆள் எப்படி?"

"அப்படி – அப்படித்தான்"

"விஷயம் என்ன?"

"ஒற்றை நாடி; மிகவும் கூர்மையான புத்தியுடையவன். சட்டப் பரீஷையில் முதலாவதாகத் தேறியவன்."

"பின்?"

"பின்னால்தானே விஷயம் இருக்கிறது"

"என்ன?"

"இவன் இந்த ஊரிலேயே பெயர்பெற்ற ஒரு வக்கீலின் ஐந்தாவது ஜூனியராகப் போய்ச் சேர்ந்தான். அப்பொழுதுதான் அவன் சேர்ந்த சமயம். ஒரு சொத்துப் பிரிவினைக் கேஸ் கட்சியிடம் இந்தப் பிரபல வக்கீல் கேட்டிருக்கிறார், "இந்தக் கேஸில் நீங்கள் யார் கட்சி?" கட்சி தயங்கியிருக்கிறான். படித்தவனாக இருந்ததால் அந்தக் கேஸைப் பற்றித் தீர விசாரித்து அவன் ஒரு முடிவுக்கு வர விரும்பியிருக்கிறான். ஆனால் அதற்கு அவர் இடங்கொடுக்கவில்லை. அவன் வரும் பொழுதெல்லாம் பணம் கொடுத்துக்கொண்டிருந்தான். அவரும் வாங்கிக்கொண்டிருந்தார். கேஸையும் தள்ளிப்போட்டுக் கொண்டிருந்தார். பின்னால் தான் அவனுக்குத் தெரிந்தது. இப்படியே தள்ளிப்போட்டுக் கொண்டு கட்சிகளை ஒரு சமரசத்துக்குக் கொண்டு வருவது இயல்பு என்று. பிறகு இவனுக்குத் தெரிய வந்தது – இருதரப்புக் கட்சி வக்கீல்களும் இதைக் கலந்து கொண்டு செய்தார்கள் என்று. இதெல்லாம் இவனுக்குப் பிடிக்கவில்லை."

"சரி மன்றாடி, இதைப்பற்றி நீங்கள் என்ன நினைக்கிறீர்கள்?"

"நீங்கள் என்ன நினைக்கிறீர்கள் என்று எனக்குத் தெரியும். ரோகத்தைக் குணப்படுத்த வேண்டுமென்றால் ரோகியிடம்

அளவு கடந்த அனுதாபம் கூடாது. அப்படி நினைப்பவன் கையாலாகாதவன்."

"சரி, இவன் ஏன் தற்கொலை செய்து கொள்ள விரும்புகிறான்?"

"இவன் இதைப்பற்றியெல்லாம் குழப்பிக்கொண்டே, அவர்கள் போல் இயங்கிக்கொண்டிருந்தவனுக்கு அடிக்கடி பஸ் முன் விழுந்து தற்கொலை செய்துகொள்ள வேண்டும் என்று ஒரு ஆசை. அதைச் செய்ய முடியவில்லை. அதனால்தான் இவன் வேண்டுகோள்."

சாஸ்திரிகள், "பாவம்."

தாம்ப்ஸன், "முடிவு?"

மன்றாடி, "நமக்கு அவன் அந்தத் தொந்திரவைக் கொடுக்கவில்லை. இன்று தினசரியில் ஒரு மூலையில், அவன் பஸ்ஸின் முன் விழுந்து தற்கொலை செய்துகொண்டு விட்டான் என்பதை நீங்கள் பார்க்கவில்லையா?"

"பாவம்." இதை இப்பொழுது சொன்னவன் தாம்ப்ஸன்.

ஏபிள் தாம்ப்ஸன், "அடுத்தபடி?"

டாக்டர் வி.கே.பிள்ளை, "கேசவன்."

"இவனுக்கென்ன வியாதி?"

"வியாதி என்று சொல்வதற்கில்லை. ஒரு வித வியாதியும் தான்."

"விஷயம் என்ன?"

"இவன் வாக்குமூலத்தில் எழுதியிருக்கிறான். எனக்குச் சிறுவயது முதலிலேயே நான் ஒரு அப்பாவி என்ற உணர்வு. ஏதோ எனக்கு ஏதாவது ஒரு தகுதியிருக்கிறது என்று பிறர் சொன்னாலும் என்னால் அதை நம்பமுடியவில்லை. என்ன நடந்தாலும் அசம்பாவிதமாக அதற்கு நான்தான் பொறுப்பு என்ற ஒரு உணர்வு. எப்பொழுதுமே ஒரு குற்ற உணர்ச்சி, ஒரு உருத்தெரியாத பயம். இனியும் என்னால் வாழ முடியும் என்று தோன்றவில்லை."

ஏபிள் தாம்ப்ஸன், "சாஸ்திரிகள், என்ன சொல்கிறீர்கள்?"

"காஃப்கா மாதிரி இருக்கிறது. இந்த நூற்றாண்டில் சிறிது சுயமாகச் சிந்திக்கத் தெரிந்தவர்கள், நேர்த்தியான உணர்ச்சி யுடையவர்கள் எல்லாருமே அதைரியப்படுகிறார்கள், ஏன் என்று தெரியவில்லை"

ஏபிள் தாம்ப்ஸன்: "டாக்டர் வி.கெ.பிள்ளை, நீங்கள் என்ன சொல்கிறீர்கள்?"

"எனக்கும் என்ன சொல்வதென்று தெரியவில்லை. காஃப்கா வின் பெயர் இங்கு பிரஸ்தாபிக்கப்பட்டது. எவ்வளவுதான் வாழ்வை நிராகரித்தாலும் அவன் வாழத்தான் செய்தான்."

சாஸ்திரிகள், "இவனும் அப்படித்தான் என்கிறீர்களா?"

"ஆமாம், இந்த மாதிரி ஆட்கள் அவர்களுக்கு உள் இருக்கும் ஒரு உத்வேகம் இருக்கிறவரையில் எவ்வளவுதான் சாவை நெருங்கினாலும் தாங்களே அதை ஏற்றுக்கொள்ள மாட் டார்கள்."

"எனவே..."

ஏபிள் தாம்ப்ஸன் "இங்கும் பாதகமான முடிவுதான் சரி, இல்லையா?"

"ஆமாம்."

தாம்ப்ஸன், "பிறகு?"

டாக்டர் வி.கெ.பிள்ளை, "ஜேகோபி"

"பெயர் விசித்திரமாயிருக்கிறதே?"

அவன் கதையும் விசித்திரம்தான்."

"ஊம்."

"நீங்கள் எல்லோருமே படித்திருப்பீர்கள். அவன் வினா வரிசையைப் பூர்த்தி செய்துவிட்டு, வாக்குமூலம் கொடுக்காமல், வாக்குமூலத்திற்குப் பதிலாக என்ற தலைப்பில் தன்னைப் பிறர் கொல்வது தனக்கு இழுக்காகுமென்பதால் இந்தத் தகவல் நம்மைச் சேர்வதற்கு முன் தான் தற்கொலை செய்துகொள்வது நிச்சயம் என்று எழுதியிருந்தான்."

"அது அப்படித்தான் இல்லையா?"

"ஆம். ஏனெனில் மத்திய - அரசாங்க விஞ்ஞான ஸ்தாபனத்தில் இருந்து ஓய்வு பெற்ற பின் அவன் திறமையைக் கருதி அவனை அமெரிக்கா அழைத்தும், பின் அவன் அதை ஏற்றுக்கொண்டதும், அவன் தற்கொலை செய்து கொண்டது பத்திரிகைகளில் வெளிவந்ததும் எல்லாம் தெரிந்ததுதான்."

சாஸ்திரிகள், "எல்லாம் ஒரு புதிராகவே இருக்கிறது."

தாம்ப்ஸன்: "எனவே 10 பேரில் இருவர் நம் உதவியின்றித் தங்களைத் தாங்களே பைசல் செய்து கொண்டுவிட்டார்கள். சரி, அடுத்தவன்?"

சாஸ்திரிகள்: "சசிகுமார்."

தாம்ப்ஸன்: "என்னவாம்?"

"இவன் ஒரு கவிஞன்போல்தான் தோன்றுகிறது. இவன் வாக்குமூலத்தை வாசிக்கட்டுமா?"

"சும்மா வாசியுங்கள்."

சாஸ்திரிகள் வாசிக்கிறார்:

"வாக்குண்டாம்
நல்ல மனமுண்டாம்
உடல் உண்டாம்
உயிர் உண்டாம்
உடல் போன பின்
உயிரும் போயிற்றாம்
தாய்
தந்தை
தம்பிமார்
உடன்பிறப்புகள்
எல்லாரும்
உடல் போனபின்
உயிர் போனபின்
என்னவாம்
என்றாலும்
வாக்குண்டாம்
நல்ல மனமுண்டாம்
ஒவ்வொருவரும்
போனபின்
என்னவாம்
ஸ்வாஹா, ஸ்வாஹா
வாக்குண்டாம்
அர்ப்பண மனோபாவம்
எல்லாம்
என் அன்பு
வெறுப்பு
ஆசைகள்
கனவுகள்
எல்லாம் உன் வகையன்றோ
ஸ்வாஹா
நானும் ஸ்வாஹா."

"பிறகு..."

“இதில் இன்னொரு ஆச்சரியம் என்னவென்றால், அவன் வாக்குமூலத்தில் நம் உதவியின்றி ஜூன் 30இல் தன் உயிர் பிரியும், தானும் ஸ்வாஹா என்று எழுதியிருந்தான்.”

“அது அப்படித்தானா?”

“ஆம். குறிப்பிட்ட தேதி அன்று அவன் உயிர் இயற்கையாகப் பிரிந்துவிட்டது.”

“சாஸ்திரிகள், என்ன சொல்கிறார்கள்?”

“தீரன்”

தாம்ப்ஸன், “இரண்டிற்குப் பிறகு மூன்று. சரி, அடுத்தது.”

டாக்டர் வி.கே.பிள்ளை, “அட்டவணை சுந்தரம்.”

தாம்ப்ஸன், “பெயர் வேடிக்கையாக இருக்கிறதே.”

“ஆம். ஆளும் வேடிக்கையான மனிதன்தான். மிகவும் படித்தவர். அனாதை. தனது 65ஆவது வயதில் மனைவியும் ஒரு வாரிசும் இல்லாமல் செத்தார். அப்பொழுதுதான் அவருக்குத் தோன்றியதாம் – ஒரு பிடிப்பும் இன்றி இனி வாழ முடியாது என்று. ஆனால் இவரும் தன் வாக்குமூலத்தில் அடிக்குறிப்பில் எழுதியிருக்கிறார். “இரண்டாவது யோசனையின் அடிப்படையில் மனிதன் அல்லாத சேதன அசேதனங்களுடன் தான் உறவு வைத்துக்கொள்ளலாம் என்ற ஒரு நப்பாசை உண்டு என்றும், என்றாலும் முடிவை நமக்கு விட்டுக் கொடுப்பதாக.”

தாம்ப்ஸன், “சாஸ்திரிகள், முடிவு?”

“பாதகம்தான்.”

தாம்ப்ஸன் தன் முடிவுரையைத் தொடங்கினான். “முதலில் இந்த அபேட்சைகளைப் பற்றி ஒரு வினோதமான காரியத்தைக் குறிப்பிட விரும்புகிறேன். உங்களுக்கெல்லாம் தெரிந்திருக்கும் – ஒவ்வொரு அபேட்சையுடன் 5000 ரூபாய் கட்டி வைக்க வேண்டும். முடிவு என்னவானாலும், சட்டம் அமுலுக்கு வரா விட்டாலும், இந்தத் தொகை திருப்பிக் கொடுக்கப்பட மாட்டாது. மேலும் இந்தச் சட்டத்தைப் பயன்படுத்திக்கொள்ள விரும்புபவர்கள்தான் வாக்குமூலத்தைச் சமர்ப்பிக்க வேண்டும் என்றாலும் சட்டத்தைப் பயன்படுத்த விரும்பினவர்கள்கூட – இராஜசேகரன் உட்பட – இந்த வாக்குமூலத்தை நிபந்தனை களை மீறித் தங்கள் சொந்த அபிப்பிராயத்தின்படி எழுதிச் சமர்ப்பித்திருப்பதையும், பணத்தைப் பற்றி ஒரு பிரச்சனையையும் எழுப்பாததிலும் ஒன்று தெளிவாகிறது. எந்தச் சூழ்நிலையிலும் ஒரு சில மனிதர்கள் தங்கள் இயல்புபடித்தான் இயங்குவார்கள் என்பது ஊர்ஜிதமாகிறது. இத்தகையவர் ஒரு சிலர் இருப்பதி

னால்தான் நமது வாழ்க்கையே அர்த்தமுடையதாக இருக்கிறது என்று சொல்ல வேண்டும். இதுவே இந்தத் தே.மு.ச.(286) இன் மிகச் சிறந்த வெற்றி என்று சொல்ல வேண்டும் இன்னும் ஒன்று சொல்லலாம் என்று நினைக்கிறேன். தற்கொலை செய்ய முன்வந்தவர்கள் ஒரு சிலர் என்றாலும் அதிலும் ஒரு சிலரே தற்கொலை செய்துகொள்கிறார்கள். இந்தப் பத்து அபேக்ஷைகளும் அதைத்தான் காண்பிக்கிறது. பிறகு இந்த வாக்கு மூலங்களில் எல்லாம் இராஜசேகரன் வாக்குமூலம்தான் மிகச் சிறந்தது என்று உங்கள் அறிவிப்புகளில் நீங்கள் எல்லோருமே குறிப்பிட்டிருக்கிறீர்கள். இந்தத் தே.மு.ச. (286)ஐ உணர்ந்தவன் என்று அவன் வாக்குமூலத்தில் அவன் "எனக்குத் தூக்கம் வருகிறது. இந்தத் தூக்கத்தில் இனி கனவுகள் இல்லை. இந்த உறக்கம் கலைவதையும் நான் விரும்பவில்லை" என்ற பகுதியும், அந்த மஞ்சள் வெள்ளைப் பூனை விவரமும் எல்லாம் நமக்கு எல்லாருக்கும் பிடித்திருக்கின்றன. இந்த அடிப்படையில் நாளைப் பத்திரிகைகளில் இந்தச் சட்டத்திற்குப் போதிய ஆதரவு கிடைக்காததால் அது அமுலில் வராது என்றும், இராஜசேகரன் வாக்குமூலத்தின் சிறப்பு கருதி, அதை மத்திய அரசாங்கம் தன் சொந்தச் செலவில் அச்சடித்து விநியோகிக்கும் என்றும், அதன் விற்பனையில் 10 சதமானம் ராயல்டி இராஜசேகரனுக்குக் கொடுப்பது என்றும் தீர்மானிக்கப்பட்டிருக்கிறது என்ற அறிக்கை பிரசுரமாகும். குழு அங்கத்தினர் எல்லோரும் சரி என்றனர். இந்த முடிவுகள் டைப் செய்யப்பட்ட பேப்பரில் அங்கத்தினர் எல்லோரும் கையெழுத்திட்டனர்.

குழு கலைந்தது.

VI

அடுத்த நாள் ஏபிள் தாம்ப்ஸன் அறிக்கை பிரசுரமான ஒரு பத்திரிகையை எடுத்துக்கொண்டு, அங்கமுத்து, இராஜசேகரனைப் பார்க்கச் சென்றான். பத்திரிகையை அவனிடம் கொடுத்தான். இராஜசேகரன் அதைப் படித்துவிட்டு அதைச் சுருட்டிக் குப்பைக் கூடையில் எறிந்தான்.

அங்கமுத்து. "சந்தோஷமில்லையா?"

"உண்டு, இல்லை என்று ஒன்றுமில்லை. இதைவிட ஒரு முக்கிய விஷயம்"

"என்ன?"

"நான் என் நாவலை எழுதி முடித்து விட்டேன்."

"தலைப்பு"

"வாக்குமூலம். அதைப் படித்துக் காட்டட்டுமா?"

"சரி"

இராஜசேகரன், 'வாக்குமூலம்' என்ற நாவலைப் படிக்க ஆரம்பித்தான்.

*